Beginner's
SWAHILI

Beginner's
SWAHILI

John Indakwa &
Daudi Ballali

HIPPOCRENE BOOKS
New York

In the summer of 1965, the Foreign Service Institute produced for Peace Corps use an *Experimental Course in Swahili*. The distinctive feature of that course was its "microwave" style of lesson organization, which emphasizes communicative use of each structural element as soon as it appears. Subsequent experience in a number of Peace Corps training programs as well as at the Foreign Service Institute has led to extensive revision and supplementation, and to division of the one course into two.

The subject matter of this booklet is taken from the area of general, socially useful, conversation. The student is introduced to the rudiments of Swahili grammar as well as to a number of the highest frequency patterns and cliches which he will need immediately upon arrival in East Africa.

Supervising linguist for the project was Earl W. Stevick, assisted by Marianne Lehr and Paul Imhoff. Swahili materials were supplied and checked by John Indakwa and Daudi Ballali. Mr. Indakwa also supervised in one of the principal training programs in which the Experimental Course was first used.

The Institute wishes to thank the many persons who, through their criticisms and corrections of the Experimental Course, have contributed to the improvement of the present version.

James R. Frith
School of Language Studies
Foreign Service Institute
Department of State

Originally compiled and published in 1966 with the assistance of the Peace Corps.

Based on materials supplied by John Indakwa and Daudi Ballali; organized and edited by Earl W. Stevick, Marianne Lehr and Paul G. Imhoff.

Hippocrene paperback edition, 1995.

For information, address:
HIPPOCRENE BOOKS, INC.
171 Madison Avenue
New York, NY 10016

ISBN 0-7818-0335-7

TABLE OF CONTENTS

INTRODUCTION

The principal component of this course is a series of 'cycles'. Each 'cycle' begins with the introduction of new material, and ends when that same new material has been used for purposes of communication. 'Communication' should be real, not just simulated.

Each cycle contains at least an 'M phase' and a 'C phase'. 'M' stands for mimicry of pronunciation, manipulation of grammatical elements, learning the meanings of the words and sentences, and a certain degree of memorizing. C stands for connected conversation, and of course for communication. Suggested procedures for use in presenting the M and C phases are given below.

Ways of conducting the M phase in each cycle:

1. Mimicry of the teacher's pronunciation.

    a. Say aloud each of the complete sentences. Have the students repeat them after you. Try to talk at a slow normal rate of speed.

    b. When you hear a wrong pronunciation, correct it by giving the right pronunciation again. For example, if the student says /Manambi/ in Cycle 1, simply say /Mnambi/, and have him say it again after you. Or say 'Si /Manambi/, ni /Mnambi/' and have him repeat the correct pronunciation.

    When all the students can pronounce all the words and sentences well, teach them the meanings:

2. Meanings of the sentences.

    a. Have the students repeat a whole sentence after you. Then give the English, and have them give the Swahili. For example:

        T: Jina lako nani?
        S: Jina lako nani?

        T: What's your name?
        S: Jina lako nani?

    b. Give sentences at random in either English or Swahili. Have the students translate into the other language. Do this only long enough so that you are sure the students know the meanings of the Swahili sentences. It should not be necessary to spend more than about three minutes on this.

    When the students know the meanings, go on to manipulation of the grammatical structures of the sentences:

3. Manipulation of the structures. Give the students a key word from the left-hand column. The students reply with the corresponding complete sentence.

    In some cycles, the manipulation involved is only nominal:

        T: Jina langu Daudi Mnambi.
        S: Jina langu Daudi Mnambi.

        T: Ann Fine.
        S: Jina langu Ann Fine.

        T: John Kanyati.
        S: Jina langu John Kanyati.

In this example, from Cycle 1, the student has only to remember and re-produce the constant part of the sentence over and over.

Manipulation may also require the student to make grammatical choices. So, in Cycle 12:

    T: Ninatoka mji wa Baltimore.
    S: Ninatoka mji wa Baltimore.

    T: Maryland.
    S: Ninatoka jimbo la Maryland.

    T: Amerika.
    S: Ninatoka nchi ya Amerika.

The student must choose here among /wa/, /la/, and /ya/.

When the students are able to perform well all of the activities outlined above, they are ready for the C phase. Experience has shown that instructors working with classes of 5 - 10 students can complete the average M phase in 10 - 20 minutes.

Ways of conducting the C phase of each cycle. The C phase consists of one or more short conversations. For each conversation:

a. Take the part of the first speaker in the conversation, and have students take turns as the second speaker.

b. Let students take both parts in the conversation.

It is important in the C phase to talk about people, places, and things that are real, and that are of interest to the students. Substitute other words for the ones that are in (   ). For example, C-1 of Cycle 18 is:

    A: (Kitabu) h(iki) ni (ch)angu.
         H(icho) ni (ch)a nani?

    B: Ni (ch)a Bw. (Fulani).

This stands of course for the conversation:

    A: Kitabu hiki ni changu.
         Hicho ni cha nani?

    B: Ni cha Bw. Fulani.

but it also stands for many other conversations, among which are:

    A: Vitabu hivi ni vyangu.
         Hivyo ni vya nani?

    B: Ni vya Bw. Smith.

    A: Nguo hizi ni zangu.
         Hizo ni za nani?

    B: Ni za Bw. Mnambi.

It does not, however, allow for:

    A: Hiki ni kitabu chako?

or for:

    A: Kitabu hiki ni kizuri.

In many cycles, the teacher or the students may feel it worthwhile to introduce extra vocabulary. They are encouraged to do so, being sure that:

a. the new words are of special relevance to the interests of the students, and

b. the new words fit into the C phase at one of the points enclosed in (   ).

As soon as the students are able to converse easily, correctly, and inform-atively using the material in the C phase, the cycle has ended. Go on to the next cycle, or review an earlier cycle. Experience has shown that the average amount of time spent on each of the cycles is about one hour. This includes the first presentation of the cycle, and one or two reviews of it on later days. The first time through a new cycle therefore takes no more than 20 -30 minutes.

As much as possible, have the students act as well as talk: pointing to a map, standing up to talk and other simple activities add meaning to the words. Activities also help to keep the students from getting tired and restless.

Because of the extreme shortness of the 'cycles', the principal component of this course has been given the name 'microwave.'

The 'microwave' part of the course is supplemented by a second component. The second component is based on a series of short connected texts, which have two important properties: (1) the information which they contain, like most of the information in the cycles themselves, is factually accurate, and (2) they are based on a set of spontaneous monologs recorded with no special restrictions on grammar or vocabulary.

The materials in the textual component of this course differ among them-selves, so that separate instructions are given for each group. In general, however, they require the student to take responsibility for responding to each text in more than one way, so that he focuses his attention on it from two or more points of view.

The textual component is suited for presentation either in a language lab-oratory or in a conventional classroom. Either way, it provides the student with a change of pace.

TABLE 1

Class	NOUN MARKERS Bef. Cons.	NOUN MARKERS Bef. Vowel[1]	CONCORD MARKERS Bef. Cons.	CONCORD MARKERS Bef. Vowel[1]
1	m(u)[5]	mw		w
2	wa	w[4]	wa	w[4]
3	m(u)[5]	mw	u	w
4	mi	mi	i	y
5	ji,+[2]	j	li	l
6	ma	m[4]	ya	y
7	ki	ch	ki	ch
8	vi	vy	vi	vy
9	N[3]	ny	i	y
10	N[3]	ny	zi	z
14	u	w	u	w
15	ku	kw	ku	kw
16	(suffix) ni	(suffix) ni	pa[4]	p
17	(suffix) ni	(suffix) ni	ku	kw
18	(suffix) ni	(suffix) ni	m(u)[5]	mw

1   Under certain circumstances, the markers that occur before consonants also are found before vowels:

> Nilikiona.   'I saw it (Cl. 7).'
>
> viatu   'shoes'

2   The symbol + stands for the fact that most nouns of Class 5 have no overt marker at all when the stem begins with a consonant.

3   Classes 9 and 10 have no special prefix syllable for nouns, but many nouns in this class begin with a nasal sound (/m, n/etc.).

4   When a stem begins with the vowel /i/ (e.g. /ingi/ 'many') and the prefix ends with /a/, the vowel that is pronounced is /e/: /wengi, mengi, pengi/, instead of the nonexistent */waingi, maingi, paingi/.

5   Coastal standard pronunciation of these prefixes is with syllabic /m/, but the pronunciation /mu/ is often heard also.

SWAHILI:

General Conversation

CYCLE 1

M-1

> A. Repeat each utterance after the instructor.
> B. Give the complete sentence that includes the cue word that the instructor will give you.
> C. Be sure you understand the meaning of each sentence.

Daudi Mnambi	Jina langu Daudi Mnambi.	Daudi Mnambi	My name is Daudi Mnambi.
Ann Fine	Jina langu Ann Fine.	Ann Fine	My name is Ann Fine.
John Kanyati	Jina langu John Kanyati.	John Kanyati	My name is John Kanyati.
Melanie Phillips	Jina langu Melanie Phillips.	Melanie Phillips	My name is Melanie Phillips.

M-2

> Proceed as for M-1.

nani?	Jina lako nani?	what?	What is your name?
lako	Jina lako nani?	your	What is your name?

C-1

> The instructor will give you a question and supply you with the formula for the answer. Add your own name to the sentence and give the answer.

A: Jina lako nani?   A: What is your name?

B: Jina langu (Phillips).   B: My name is (Phillips).

> Then ask and answer this question with the other students in the class, using your own name.

> Apply this activity to a real situation outside of class by asking the names of other students who are also working on Swahili. Do this at least 5 times within the next 24 hours. The thoroughness and imagination with which you perform these outside assignments will have a major effect on how much you learn.

TO THE STUDENT:

The noun /jina/ means 'name'.

The possessive stem /ako/ means 'your' (sg.). The /l/ in /lako/ is a prefix that agrees with /jina/. The matter of agreement will be discussed later in more detail. The same prefix /l/ occurs in this cycle with the possessive stem /angu/ 'my'.

The interrogative word /nani/ means 'who?'

The literal meaning of the whole sentence /Jina lako nani?/ is then 'Name your, who?' There is no word in this sentence that corresponds to English 'is'.

CYCLE 2

M-1

Hasani	Jina lake Hasani.	Hasani	His name is Hasani.
Bill	Jina lake Bill.	Bill	His name is Bill.
Magdalena	Jina lake Magdalena.	Magdalena	Her name is Magdalena.
Barbara	Jina lake Barbara.	Barbara	Her name is Barbara.

M-2

lake	Jina lake nani?	his/her	What is his/her name?
nani?	Jina lake nani?	what?	What is his/her name?
mtu huyu	Jina la mtu huyu nani?	this person	What is this person's name?
mtu huyo	Jina la mtu huyo nani?	that person	What is that person's name?

C-1

A: Jina la mtu huyu nani?   A: What is this person's name?

B: Jina lake (Thompson).   B: His/her name is (Thompson).

> At the end of this cycle, every student should be able to ask and answer questions about his own name and the names of all other members of the class.

TO THE STUDENT:

The possessive stem for third person singular ('his, her') is /-ake/.

The word /la/ consists of the same prefix /l/ plus a linking particle /a/.

In the word /huyu/ 'this' the part that agrees with the noun /mtu/ 'person' is /uyu/. In /huyo/ 'that', it is /uy/.

Some speakers will prefer to use /yule/ 'that' in place of /huyo/. The part of this word that depends on /mtu/ is /yu/.

CYCLE 3

M-1

Hasani	Jina lako Hasani?	Is your name Hassan?
Murphy	Jina lako Murphy?	Is your name Murphy?
Muya	Jina lako Muya?	Is your name Muya?
Cohen	Jina lako Cohen?	Is your name Cohen?

M-2

Hasani	Jina langu si Hasani.	My name is not Hassan.
Murphy	Jina langu si Murphy.	My name is not Murphy.
Cohen	Jina langu si Cohen.	My name is not Cohen.

C-1

A: Jina lako (Phillips)?

A: Is your name (Phillips)?

B: Jina langu si (Phillips).
Jina langu (Cohen).

B: (No,) my name isn't (Phillips).
My name is (Cohen).

TO THE STUDENT:

The word /si/ is used in the negative counterparts of the sentences in Cycles 1 and 2.

CYCLE 4

Minimal Pair Drill

(Question vs. Statement Intonation)

You are to listen carefully to the intonation patterns of the following items. Each one will be identified so that you may have the opportunity to compare the question pattern to the statement pattern.

Jina lake Smith?	Is his name Smith?
Jina lake si Smith.	His name is not Smith.
Jina lake Thompson.	His name is Thompson.

Jina lake Ballali?	Is his name Ballali?
Jina lake Ballali.	His name is Ballali.
Jina lake Mnambi?	Is his name Mnambi?
Jina lake Mnambi.	His name is Mnambi.

Now you are to identify whether it is a question or a statement that you
hear by saying 'statement' or 'question' in response to each item. Do not
try to learn the meanings of these sentences, or of the words they contain.

Jina lake Smith.	1. His name is Smith.	(statement)
Jina lake Mnambi.	2. His name is Mnambi.	(statement)
Jina lake Mnambi?	3. Is his name Mnambi?	(question)
Jina lake Smith?	4. Is his name Smith?	(question)
Jina lake Thompson?	5. Is his name Thompson?	(question)
Jina lake Thompson.	6. His name is Thompson.	(statement)
Jina lake Ballali.	7. His name is Ballali.	(statement)
Jina lake Ballali?	8. Is his name Ballali?	(question)
Jina lake Mnambi.	9. His name is Mnambi.	(statement)
Jina lake Smith?	10. Is his name Smith?	(question)
Jina lake Murphy?	11. Is his name Murphy?	(question)
Jina lake Mnambi?	12. Is his name Mnambi?	(question)
Jina lake Ballali.	13. His name is Ballali.	(statement)

You will now be given a series of items which you are to identify as either
questions or statements just as you did above. However, this series will
contain words which should be unknown to you. You are to make your judgment
based on the intonation patterns alone.

Anakwenda mjini leo?	1. Is he going to town today?	(question)
Wanangojea gari la abiria (bus)?	2. Are they waiting for the bus?	(question)
Wanakula chakula chao cha mchana hapa leo.	3. They are eating their lunch here today.	(statement)
Watoka Texas?	4. Are they from Texas?	(question)

4

Bwana Obote atoka Uganda.	5.	Mr. Obote is from Uganda.	(statement)
Akaa Texas sasa.	6.	She lives in Texas now.	(statement)
Akaa Baltimore?	7.	Does she live in Baltimore?	(question)
Wakaa Leopoldville.	8.	They live in Leopoldville.	(statement)
Atoka sehemu ya kaskazini.	9.	He's from the northern part.	(statement)
Atoka Baltimore?	10.	Is he from Baltimore?	(question)
Wanakula machungwa?	11.	Are they eating oranges?	(question)
Wanakula mananasi.	12.	They are eating pineapples.	(statement)

Finally, try to read the sentences aloud so that they are clearly either statements, or are questions with Swahili-style question intonation. This is an extremely important skill, for if you use English type intonation on the questions, people may fail to recognize them as questions.

CYCLE 5

M-1

Juma	Jina lake Juma?	Is his name Juma?
Mlela	Jina lake Mlela?	Is his name Mlela?
Thompson	Jina lake Thompson?	Is his name Thompson?
Muya	Jina lake Muya?	Is his name Muya?

M-2

Juma	Jina lake si Juma.	His name is not Juma.
Indakwa	Jina lake si Indakwa.	His name is not Indakwa.
Smith	Jina lake si Smith.	Her name is not Smith.
Phillips	Jina lake si Phillips.	Her name is not Phillips.

C-1

A: Jina lake (Smith)?

B: Jina lake si (Smith).
Jina lake (Thompson).

A: Is her/her name (Smith)?

B: (No,) his/her name is not (Smith).
His/her name is (Thompson).

5

CYCLE 6

M-1

Juma	Ah/Oh, jina lake Juma?	His name is Juma, eh?
Thomas	Ah/Oh, jina lake Thomas?	His name is Thomas, eh?
Bill	Ah/Oh, jina lake Bill?	His name is Bill?
Daudi	Ah/Oh, jina lake Daudi?	His name is Daudi?

C-1

A: Jina lake nani?   A: What is his/her name?

B: Jina lake (Smith).   B: His/her name is (Smith).

A: Ah/Oh, jina lake (Smith)?   A: His/her name is (Smith)?

C-2

A: Jina lako nani?   A: What is your name?

B: Jina langu (Bill).   B: My name is (Bill).

A: Ah/Oh, jina lako (Bill)?   A: Your name is (Bill), eh?

C-3

A: Jina la mtu huyo (Betty)?   A: Is that person's name (Betty)?

B: La, jina lake (Barbara).   B: No, his/her name is (Barbara).

A: Ah/Oh, jina lake (Barbara)?   A: His/her name is (Barbara), eh?

TO THE STUDENT:

In this cycle also, the thing to concentrate on is the intonation pattern on the question. This kind of echo-question is useful in a number of ways, among which is as a way of stalling for time when the conversation is getting a bit fast for you.

Each student should:

1. Bring to class a picture of a famous American and a famous person from the country where the language is spoken.

2. Bring to class a snapshot of a friend or relative.

3. Suggest the name of someone who lives or works nearby, but is not in the class.

The teacher, and then the students, should ask questions about these people, of the kinds found in Cycles 1 - 5.

You should endeavor constantly to relate these materials to the real world and your situation in it. These pages are intended to be more than classroom exercises and drill material. The more you find actual experience stimulating your production of Swahili and the more your spoken Swahili bears relationship to the real world, the more solidly established your command of this language will become and the more secure you will feel in using Swahili.

CYCLE 7

M-1

Mwamerika (1, 2)	Wewe Mwamerika?	American	Are you an American?
Mwafrika (1, 2)	Wewe Mwafrika?	African	Are you an African?
mzungu (1, 2)	Wewe mzungu?	European	Are you a European?
Mluhya (1, 2)	Wewe Mluhya?	Luhya	Are you a Luhya?
Mnyamwezi (1, 2)	Wewe Mnyamwezi?	Nyamwezi	Are you a Nyamwezi?

M-2

Mwamerika	(Ndiyo,) mimi Mwamerika.	American	(Yes,) I'm an America.
Mwafrika	(Ndiyo,) mimi Mwafrika.	African	(Yes,) I'm an African.
mzungu	(Ndiyo,) mimi mzungu.	European	(Yes,) I'm a European.
Mluhya	(Ndiyo,) mimi Mluhya.	Luhya	(Yes,) I'm a Luhya.

C-1

A: Wewe (Mwamerika)?

B: Ndiyo, mimi (Mwamerika).

A: Are you an (American)?

B: Yes, I'm an (American).

C-2

A: Wewe (Mwamerika)?

B: La, mimi si (Mwamerika).
Mimi (Mwafrika).

A: Are you an (American)?

B: No, I'm not an (American).
I'm an (African).

C-3

A: Jina lako nani?

B: Jina langu (Hasani).

A: What is your name?

B: My name is (Hassan).

A: Wewe (Mnyamwezi)?

B: La, mimi si (Mnyamwezi).
Mimi (Mluhya).

A: Oh, wewe (Mluhya)?

A: Are you a (Nyamwezi)?

B: No, I'm not a (Nyamwezi).
I'm a (Luhya).

A: Oh, you're a (Luhya), eh!

> You should now make this device serve you in a real communication
> situation. You should ask this question not only among your classmates
> and others studying Swahili but also among the Swahili-speaking
> instructors.

TO THE STUDENT:

The non-possessive pronouns are:

		SINGULAR		PLURAL	
1st pers.	mimi	'I'	sisi	'we'
2nd pers.	wewe	'you (sg.)'	ninyi	'you' (pl.)'
3rd pers.	yeye	'he, she'	wao	'they'

The possessives are:

		SINGULAR		PLURAL	
1st pers.	-angu	'my'	-etu	'our'
2nd pers.	-ako	'your'	-enu	'your'
3rd pers.	-ake	'his, her'	-ao	'their'

Except for the third person plural, there is no resemblance in form between
corresponding possessives and non-possessives.

The word 'European', used here to translate /mzungu/, must be understood in
its African sense, which includes any person of European ancestry, even though
he may be from the western hemisphere or elsewhere.

In pronouncing words like /mzungu, Mluhya, Mnyamwezi/, be sure not to put
in an extra vowel and say */mazungu, muhzungu, umzungu/, or anything of the sort.
The word /mzungu/ begins with the same /m/ sound as /mimi/. Hold on to that
sound for an instant, and then go on directly to the /z/.

The same principle applies to words like /ndiyo/, which consists of only
two syllables.

CYCLE 8

M-1

Baltimore	Ninatoka mji wa Baltimore.	I'm from Baltimore.
St. Louis	Ninatoka mji wa St. Louis.	I'm from St. Louis.
Mombasa	Ninatoka mji wa Mombasa.	I'm from Mombasa.
Nairobi	Ninatoka mji wa Nairobi.	I'm from Nairobi.
Tanga	Ninatoka mji wa Tanga.	I'm from Tanga.

M-2

mji gani?	Unatoka mji gani?	what city?	What city are you from?
gani?	Unatoka mji gani?	what?	What city are you from?
mji	Unatoka mji gani?	city	What city are you from?

C-1

> The instructor will give you a question and supply you with the formula for the answer. Add the name of your own home town to the sentence and give the answer.

A: Unatoka mji gani?   A: What city are you from?

B: Ninatoka mji wa (Baltimore).   B: I'm from (Baltimore).

TO THE STUDENT:

The word /wa/ contains the same linking particle /a/ that was found in /la/ (Cycle 2). The prefix /w/ depends on, or agrees with the noun /mji/:

    mji wa ...   the city of ...

but:

    jina la ...   the name of ...

The interrogative word /gani/ 'what? what kind of?' requires interrogative intonation. Take special pains to reproduce your teacher's intonation exactly, even if it seems a bit awkward to you at first.

9

The words /ninatoka/ 'I come from' and /unatoka/ 'you come from' are fully inflected verbs. Their structure is:

	SUBJECT PREFIX		TENSE PREFIX		STEM
ni	'I'	na	(present)	toka
u	'you (sg.)'	li	(past)	
a	'he, she'	ta	(future)	
tu	'we'			
m	'you (pl.)'			
wa	'they'			

But some speakers prefer an alternate form of the present, called the /a/ tense:

> natoka 'I come from'
>
> watoka 'you (sg.)...'
>
> atoka   'he, she...'
>
> twatoka 'we...'
>
> mwatoka 'you (pl.)...'
>
> watoka 'they...'

CYCLE 9

M-1

California	Ninatoka jimbo la California.	I'm from California.
Virginia	Ninatoka jimbo la Virginia.	I'm from Virginia.
Magharibi (9)	Ninatoka jimbo la Magharibi.	I'm from the western province.
Pwani (9)	Ninatoka jimbo la Pwani.	I'm from the coastal province.

M-2

gani?	Unatoka jimbo gani?	what?	What state are you from?
jimbo (5,6)	Unatoka jimbo gani?	state	What state are you from?

C-1

A: Unatoka jimbo gani?
B: Ninatoka jimbo la (California).

A: What state are you from?
B: I'm from (California).

10

TO THE STUDENT:

The noun /jimbo/ 'state' requires the same prefix on the linking particle /a/ that /jina/ required. All such nouns are said to be in the same 'concordial class'(class 5).

Use this question outside of class at least 5 times in the next 24 hours, together with the question about a person's home town. In answering these questions, be sure to use /wa/ after /mji/ and /la/ after /jimbo/. This is a crucial point in the development of your Swahili.

CYCLE 10

M-1

Amerika (9)	Ninatoka nchi ya Amerika.	America	I'm from America.
Tanzania (9)	Ninatoka nchi ya Tanzania.	Tanzania	I'm from Tanzania.
Unguja (9)	Ninatoka nchi ya Unguja.	Zanzibar	I'm from Zanzibar.
Uingereza (9)	Ninatoka nchi ya Uingereza.	England	I'm from England.

M-2

| nchi gani? (9) | Unatoka nchi gani? | what country? | What country are you from? |

C-1

A: Unatoka nchi gani?   A: What country are you from?

B: Ninatoka nchi ya (Canada).   B: I'm from (Canada).

C-2

A: (Bwana Nyerere) anatoka nchi gani?   A: What country is (Mr. Nyerere) from?

B: Anatoka nchi ya (Tanzania).   B: He's from (Tanzania).

TO THE STUDENT:

We have already seen (Cycles 8,9) that /mji/ and /jimbo/ belong to different 'concordial classes'. The noun /nchi/ belongs to still another, since it requires the prefix /y/ with the linking particle /a/.

Use C-2 to learn the names and countries of East African leaders who are less well known than Presidents Kenyatta and Nyerere. See which individual student, or which section, can master the longest list of these within 24 hours.

CYCLE 11

M-1

kaskazini (9)	Ninatoka sehemu ya (upande wa) kaskazini.	North	I'm from the northern part.
kusini (9)	Ninatoka sehemu ya kusini.	South	I'm from the South.
mashariki (9)	Ninatoka sehemu ya mashariki.	East	I'm from the East.
magharibi (9)	Ninatoka sehemu ya magharibi.	West	I'm from the West.
kati (9)	Ninatoka sehemu ya kati.	central	I'm from the central part.

M-2

or:

sehemu(9) upande (14,10)	Unatoka sehemu (upande) gani ya Amerika?	part	What part of the U. S. are you from?

C-1

A: Unatoka sehemu gani ya Amerika?

A: What part of the U. S. are you from?

B: Ninatoka sehemu ya (kusini).

B: I'm from the (southern) part.

TO THE STUDENT:

The noun /sehemu/ 'part' is in the same concordial class as /nchi/ (Class 9).

The sound spelled /gh/ in /magharibi/ is troublesome for some people. If it is too difficult for you, use a simple /g/ as in English 'got'.

Practice introducing one another, telling what country, section, state and city each person is from. An error of fact is as serious as an error of grammar, and an error of grammar is as serious as an error of fact!

CYCLE 12

M-1

Baltimore	Ninatoka mji wa Baltimore.	Baltimore	I am from Baltimore.
Maryland	Ninatoka jimbo la Maryland.	Maryland	I am from Maryland.
Amerika	Ninatoka nchi ya Amerika.	America	I am from America.
Mashariki	Ninatoka sehemu ya mashariki.	the East	I am from the East.

C-1

A: Unatoka wapi?   A: Where are you from?

B: Ninatoka _____   B: I'm from _____
              (mji au jimbo, au nchi   (city or state or country
        _____   _____
        au mkoa).   or region).

C-2

A: Unatoka wapi?   A: Where are you from?

B: Ninatoka _____   B: I'm from _____.
              (jimbo au nchi)   (state or country)

A: Unatoka _____ gani?   A: What _____ are you from?
            (mji au sehemu)   (city or region)

B: Ninatoka _____.   B: I'm from _____.
             (mji au sehemu)   (city or region)

TO THE STUDENT:

In this cycle, nouns from three different concordial classes occur together.

Your teacher may also wish to use the words /mkoa/ and /wilaya/, which are additional words for geographical subdivisions. The first is in the same class as /mji/, and the second is in the same class as /nchi/ and /sehemu/.

CYCLE 13

M-1

Kigoma Mji wa Kigoma uko magharibi   Kigoma The city of Kigoma is in the
        ya Tanzania.   west of Tanzania.

Pwani   Jimbo la pwani liko   Pwani   The Coastal Province is in the
        mashariki ya Kenya.   east of Kenya.

Misri   Nchi ya Misri iko   Egypt   The country of Egypt is in the
        kaskazini ya Afrika.   north of Africa.

M-2

Dar es Salaam Mji wa Dar es Salaam   Dar es Salaam What part of Tanzania is
               uko sehemu gani ya   Dar es Salaam in?
               Tanzania?

Nyanza   Jimbo la Nyanza liko   Nyanza   What part of Kenya is the
               sehemu gani ya   city of Nyanza in?
               Kenya?

Senegal   Nchi ya Senegal iko   Senegal   What part of Africa is
               sehemu gani ya   the country of Senegal
               Afrika?   in?

13

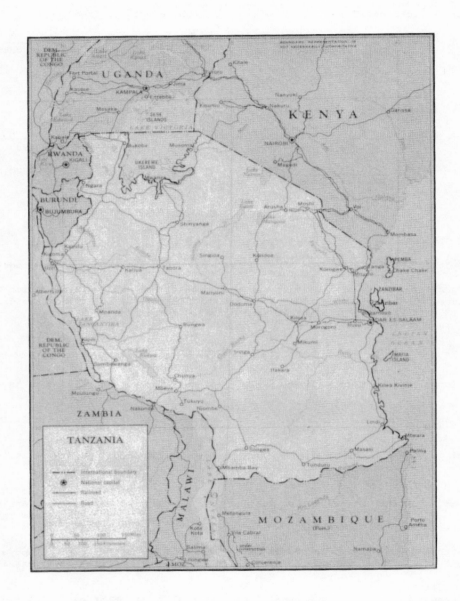

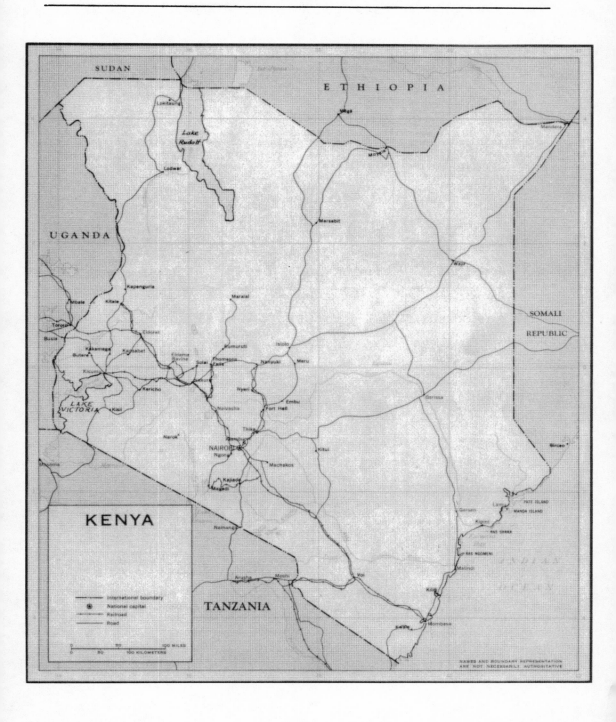

15

C-1

A: (Mji w)a (Nairobi) (u)ko sehemu gani ya (Kenya)?

A: What part of (Kenya) is (the city of) (Nairobi) in?

B: (I)ko sehemu ya (kati) ya (Kenya).

B: It's in the (central) part of (Kenya).

Practice this conversation with the whole class looking at their maps. After you have mastered the linguistic side of the conversation, continue using it as a means of familiarizing yourselves with the map of the country in which you have greatest interest.

CYCLE 14

M-1

(mimi)	Sitoki Ulaya.	(I)	I'm not from Europe.
(wewe)	Hutoki Ulaya?	(you)	Aren't you from Europe?
(yeye)	Hatoki Ulaya.	(he, she)	He's not from Europe.
(sisi)	Hatutoki Ulaya.	(we)	We're not from Europe.
(ninyi)	Hamtoki Ulaya?	(you)	Aren't you (pl.) from Europe?
(wao)	Hawatoki Ulaya.	(they)	They aren't from Europe.

M-2

(wewe)	Unatoka Ulaya?	(you)	Are you (sg.) from Europe?
(ninyi)	Mnatoka Ulaya?	(you)	Are you (pl.) from Europe?
Bw. Kanyati	Bw. Kanyati anatoka Ulaya?	Mr. Kanyati	Is Mr. Kanyati from Europe?
Bw. Kanyati na Bw. Msonte	Bw. Kanyati na Bw. Msonte hawatoki Ulaya?	Mr. Kanyati and Mr. Msonte	Are Mr. Kanyati and Mr. Msonte not from Europe?

C-1

A: (Bw. Smith) (a)natoka (jimbo la Virginia)?

A: Is (Mr. Smith) from (the state of Virginia)?

B: La, (ha)toki (Virginia). (A)natoka (jimbo la Florida).

B: No, (he's) not from (Virginia). (He's) from (the state of Florida).

16

TO THE STUDENT:

The most important irregularities and inconsistencies in the Swahili language lie in the formation of the negative tenses, for these bear little relation to their affirmative counterparts. The most troublesome of all is the present negative, found in this cycle.

The present negative has no tense prefix that would be comparable to the /na/ of the affirmative. It begins with the negative prefix /ha/, but in 2 sg. and 3 sg. the vowel of this prefix is lost, so that /ha/ plus /u/ is pronounced /hu/ and not */hau/, and /ha/ plus /a/ is simply /ha/. In 1 sg., /ha/ plus /ni/ is /si/, and not */hani/.

All persons and numbers of the present tense behave alike with respect to the final vowel: those verbs which (like /toka/) have final /a/ in the affirmative, have final /i/ in the <u>present</u> negative. Verbs which (like /ishi/ in Cycle 15) have other final vowels in the affirmative, keep that same vowel in all their forms, including the present negative.

There is only one negative present tense, corresponding to both the /na/ tense and the /a/ tense (Cycle 8).

CYCLE 15

M-1

hapa	Anakaa hapa sasa.	here	He lives here now.
mji	Anakaa mjini humu sasa.	city	He lives in this city now.
huko	Anakaa huko sasa.	there	He lives there now.
nchi	Anakaa nchi hii sasa. humu nchini	country	He lives in this country now.

M-2

kukaa	Bw. Kanyati anakaa wapi sasa?	to live	Where does Mr. Kanyati live now?
kutoka	Bw. Kanyati anatoka wapi?	to come from	Where is Mr. Kanyati from?
kuishi	Bw. Kanyati anaishi wapi sasa?	to live	Where does Mr.Kanyati live now?

C-1

A: (Bw. Smith) anatoka wapi?   A: Where is (Mr. Smith) from?

B: Anatoka (Colorado).   B: He's from (Colorado).

A: Anakaa (huko)? or: Anaishi (huko)?   A: Does he live (there?)

B: La, hakai (huko) sasa. or: La, haishi (huko) sasa. Anakaa (hapa). or: Anaishi (hapa).   B: No, he doesn't live (there) now.

He lives (here).

17

C-2

A:	Unaishi (mjini humu)?	A:	Do you live (in this city)?
B:	Ndiyo.	B:	Yes.
A:	Je, unatoka (hapa)?	A:	Are you from (here)?
B:	La, sitoki (hapa). Ninatoka (Tanzania).	B:	No, I'm not from (here). I'm from (Tanzania).

This cycle provides an opportunity to use affirmative and negative forms side-by-side. Be sure that all practice is carried out with reference to real people and the places where they live.

TO THE STUDENT:

The demonstratives that go with the various classes of nouns are:

	'this'	'that'	
bwana (1)	huyu	yule	huyo
mji, mkoa (3)	huu	ule	huo
jimbo (5)	hili	lile	hilo
nchi, sehemu, wilaya (9)	hii	ile	hiyo

The basis for choosing between the forms in the last two columns is not easy to state. Both are translated into English by 'that'. Many speakers use the last set to mean 'that one that we were talking about, or that we both know about', and the next to last column to mean 'that one over there'.

18

CYCLE 16

mtu (1,2)	Mtu huyu ni Mwamerika.	person	This person is an American.
jina (5,6)	Jina lake Patsy.	name	Her name is Patsy.
jimbo (5,6)	Anatoka Jimbo la Massachusetts.	state	She comes from Massachusetts.
yeye	Yeye ni mwuguzi.	he/she	She is a nurse.
kuchukua	Anawachukua watoto wachanga.	to carry	She is carrying some young children.
yuko	Yuko Dar es Salaam, hospitali ya Muhimbili.	is	She is in Dar-es-Salaam, in the Muhimbili Hospital.

mwuguzi (1,2)	'nurse'
mtoto (1,2)	'child'
-changa	'young'
hospitali (9,10)	'hospital'

Mwamerika	Patricia ni Mwamerika.	American	Patricia is an American.
mji	Anatoka mji wa Washington.	city	She comes from the city of Washington.
mwalimu (1,2)	Ni mwalimu.	teacher	She's a teacher.
msichana (1, 2)	Anamfundisha msichana kushona.	girl	She's teaching a girl to sew.
shule (9, 10)	Yuko Montare, shule ya Sumve.	school	She's at Montare, at Sumve School.

-shona   'to sew'

mwana- 　Peace Corps 　　(1, 2)	Thomas ni mwana- 　Peace Corps.	PCV	Thomas is a PCV.
kutoka	Anatoka Connecticut.	to come from	He's from Connecticut.
mwalimu	Yeye ni mwalimu.	teacher	He's a teacher.
mvulana 　(1, 2)	Anawafundisha wavu- 　lana hesabu.	boy	He's teaching boys 　arithmetic.
shule	Yuko Mbozi. Tanzania, 　shule ya Vawa.	school	He's at Mbozi, Tanzania, 　at Vawa School.

hesabu (9, 10)　'arithmetic'

wana- 　Peace Corps	Thomas na Patricia 　ni wanaPeace Corps.	PCVs	Thomas and Patricia are 　members of the Peach 　Crops.
wako	Wako Tanzania.	they are 　located	They are in Tanzania.
wao	Wao ni waalimu.	they	They are teachers.
kufundisha	Wanawafundisha 　wavulana na 　wasichana.	to teach	They teach boys and girls.

anatoka	George anatoka Arkansas.	he comes from	George is from Arkansas.
afisa wa ardhi (1)	Ni afisa wa ardhi na makazi.	land officer	He is a land resettlement officer.
nyanda za juu (10)	Anafanya kazi katika nyanda za juu.	highlands	He works in the 'Kenya Highlands' in Kenya.
	kazi (9, 10)	'work, job'	
	-fanya	'to do, make'	

WanaPeaceCorps	WanaPeaceCorps hawa ni Lani na Arthur.	PCV's	These PCV's are Lani and Arthur.
Amerika	Wanatoka Amerika.	America	They come from America.
Mwega	Wako Mwega, Kenya.	Mwega	They are at Mwega, Kenya.
mkulima (1, 2)	Wanawasaidia wakulima.	farmers	They are helping some farmers.
kulima	Wakulima hawa wanalima pyrethrum.	to grow	These farmers grow pyrethrum.

mji	Katherine anatoka mji wa New Orleans.	city	Katherine is from the city of New Orleans.
kusomesha	Anasomesha katika shule ya juu (secondari) ya wasichana.	to teach	She teaches in a secondary school for girls.
hesabu	Anafundisha sayansi na hesabu.	mathematics	She teaches science and mathematics.
mjini	Shule iko Nairobi.	in the city	The school is in the city of Nairobi.

Daudi na Narda	Daudi na Narda wanatoka Wisconsin.	David and Narda	David and Narda are from Wisconsin.
kazi	Wanafanya kazi Kenya.	work	They are working in Kenya.
wanaPeaceCorps	Ni wanaPeaceCorps.	PCV's	They are PCV's.
kutazama	Wanatazama mibuni.	to look at	They are looking at some coffee plants.

| mbuni (3) | 'coffee plant' |

kazi·	Mtu huyu anafanya kazi gani?	work	What work does this person do?
taifa	Mtu huyu ni wa taifa gani?	nation	What nationality is this person? ('This person is of what nation?')
kuishi	Mtu huyu anaishi nchi gani?	to live	What country does this person live in?
nani	Nani huyu?	who?	Who is this? ('Who this?')

C-1

Ask and answer questions about the people in the pictures.

TO THE STUDENT

The word /ni/ 'is, are' is called a 'copula'. It is used in sentences where one person or thing is equated to another person or thing. We have already seen (Cycle 1) that some English sentences with 'is' have Swahili counterparts with no word for 'is', and (Cycle 13) that others have Swahili counterparts with /-ko/.

The negative counterpart of / ni / is /si/ (Cycle 3).

The word /hesabu/ means 'arithmetic'; /kushona/ means 'to sew'.

The difference between singular and plural of personal nouns is illustrated in:

mwuguzi	'nurse'	wauguzi	'nurses'
mwalimu	'teacher'	waalimu	'teachers'
msichana	'girl'	wasichana	'girls'
mvulana	'boy'	wavulana	'boys'

The singular prefix is usually /mw/ before stems that begin with vowels, and /m/ before stems that begin with consonants. The plural prefix is /wa/.

When the object of a verb is a personal noun, the verb itself contains an 'object prefix', which is /m/ if the object is singular, and /wa/ if the object is plural:

anamfundisha msichana   'she's teaching a girl'

anawafundisha wavulana   'he's teaching some boys'

26

CYCLE 17

M-1

kalamu (9, 10)	Hii ni kalamu.	pen, pencil	This is a pen/pencil.
ramani (9, 10)	Hii ni ramani.	map	This is a map.
sigara (9, 10)	Hii ni sigara.	cigarette	This is a cigarette.
kitabu (7, 8)	Hiki ni kitabu.	book	This is a book.
kiberiti (7)	Hiki ni kiberiti.	match, book of matches	This is a match/ book of matches.
kiatu (7, 8)	Hivi ni viatu.	shoe	These are shoes.
koti (5, 6)	Hili ni koti.	coat, jacket, etc.	This is a jacket/coat.

M-2

kitu (7, 8)	Hiki ni kitu gani?	thing	What kind of thing is this?

C-1

A: Hiki ni kitu gani?   A: What is this?

B: Ni (kitabu).   B: It's a (book).

C-2

A: H(ii) ni (kalamu)?   A: Is this a (pencil)?

B: La, si (kalamu).   B: No, it isn't a (pencil).
   Ni (sigara).   It's a (cigarette).

C-1 and C-2 should of course be practiced using real objects in the class-
room. As soon as possible, students should take both roles.

TO THE STUDENT:

Be sure to make the demonstratives (/hii, hiki/, etc.) agree with the nouns.

It is important at this stage, for reasons that will become clear later, that
students and teachers NOT use plurals of nouns except as they appear in the book
itself.

CYCLE 18

M-1

kalamu	Kalamu hiyo/ile ni ya nani?	pen, pencil	Whose pen/pencil is that? ('That pen is of whom?')
kiberiti	Kiberiti hicho/kile ni cha nani?	matches	Whose matches are those?
koti	Koti hilo/lile ni la nani?	jacket	Whose jacket is that?

27

viatu	Viatu hivyo/vile ni vya nani?	shoes	Whose shoes are those?
sigara	Sigara hizo/zile ni za nani?	cigarettes	Whose cigarettes are those?

M-2

kalamu	Kalamu hii ni yangu.	pen	This pencil is mine.
kiberiti	Kiberiti hiki ni changu.	matches	These matches are mine.
koti	Koti hili ni langu.	jacket	This jacket is mine.
viatu	Viatu hivi ni vyangu.	shoes	These shoes are mine.
sigara	Sigara hii ni yangu.	cigarette	This cigarette is mine.
sigara	Sigara hizi ni zangu.	cigarettes	These cigarettes are mine.

C-1

A: (Kitabu) h(iki) ni (ch)angu.
H(icho)/(ki)le ni (ch)a nani?

A: This (book) is mine.
Whose is that one?

B: Ni (ch)a Bwana (Fulani).

B: It's (So-and-so)'s.

C-2

A: (Sigara) h(izo)/(zi)le ni (z)ako?

A: Are those (cigarettes) yours?

B: La, si (z)angu. Ni (z)a
(Bw. Fulani).

B: No, they're not mine. They're
(So-and-so)'s.

TO THE STUDENT:

The choice of one series of demonstrative forms or the other in M-1 will depend on the preference of your instructor.

Use the names of other objects that are available in the classroom and that seem to you to be worth talking about in this way.

CYCLE 19

M-1

mfuko (3, 4)	Imo mfukoni mwangu.	pocket, bag	It's in my pocket.
katika mfuko	Imo katika mfuko wangu.	in pocket	It's in my pocket.
chumba (7,8)	Imo chumbani mwangu.	room	It's in my room.
katika chumba	Imo katika chumba changu.	in room	It's in my room.
bweni(9, 10)	Imo bwenini.	dorm	It's in the dorm.
katika kasha (5, 6)	Imo katika kasha langu.	chest, footlocker	It's in my footlocker.

meza (9,10)	Iko mezani.	table	It's on the table.
juu ya meza	Iko juu ya meza.	on table	It's on the table.
kiti (7,8)	Iko juu ya kiti.	chair	It's on the chair.
ubao(14,10)	Iko ubaoni.	blackboard	It's at the blackboard.
darasa(5,6)	Imo darasani.	class(room)	It's in the classroom.
hapa	Ipo hapa.	here	It's here.

M-2

wapi?	Kalamu yako iko wapi?	where?	Where is your pen?

C-1

A: (Kalamu y)ako (i)ko wapi?   A: Where is your (pencil)?

B: (I)(m)o (chumbani mwangu).   B: It's (in my room).

All practice should involve real objects and their actual locations. As far as practicable, reach, touch, and hold up for inspection as you talk.

TO THE STUDENT:

There are three locative stems: /ko, po, mo/. In choosing among them, the student may be guided by the following:

    a. /ko/ is the most general, and is the one always used in where-questions.
    b. /mo/ has to do with location within something, and so corresponds fairly well to English 'in'.
    c. the word /hapa/ 'here' calls for /po/ instead of /ko/, though some speakers will not observe this distinction.

The particle /ni/, which is pronounced as a part of the preceding word, is also locative in its meaning, and includes all three ranges of location covered by /ko, po, mo/.

The /mw/ in /mwangu/ is another instance of the same locative class that is represented in /mo/.

CYCLE 20

M-1

kitabu	Hakiko bwenini. Kipo hapa.	book	It's not at/in the dorm. It's here.
viatu	Haviko bwenini. Vipo hapa.	shoes	They're not at/in the dorm. They're here.
sigara	Haziko bwenini. Zipo hapa.	cigarettes	They're not at/in the dorm. They're here.
koti	Haliko bwenini. Lipo hapa.	jacket	It's not at/in the dorm. It's here.

29

M-2

kitabu cha Kiswahili	Kitabu chako cha Kiswahili kiko wapi?	Swahili book	Where is your Swahili book?
viatu	Viatu vyako viko wapi?	shoes	Where are your shoes?
sigara	Sigara zako ziko wapi?	cigarettes	Where are your cigarettes?
koti	Koti lako liko wapi?	jacket	Where is your jacket?

C-1

A: (Kasha l)ako (li)(p)o (hapa)?　　　　A: Is your (footlocker) (here)?

B: Ha(li)(p)o (hapa).　　　　　　　　　B: It's not (here).
　 (Li)(m)o (chumbani mwangu).　　　　　It's (in my room).

TO THE STUDENT:

The negative counterparts of the locatives (Cycle 19) differ from them only in having the negative prefix /ha/.

CYCLE 21

M-1

saa (9,10)	Una saa? Ndiyo, ninayo.	watch, clock	Do you have a watch? Yes, I have (one).
baiskeli (9, 10)	Una baiskeli? Ndiyo, ninayo.	bicycle	Do you have a bicycle? Yes, I have (one).
kasha (5, 6)	Una kasha? Ndiyo, ninalo.	chest	Do you have a chest? Yes, I have (one).
kiberiti	Una kiberiti? Ndiyo, ninacho.	matches	Do you have matches? Yes, I have (some).
sanduku (5, 6)	Una sanduku? Ndiyo, ninalo.	suitcase	Do you have a suitcase? Yes, I have (one).

M-2

(mimi)	Sina kasha.	I have no footlocker.
(wewe)	Huna kasha?	Don't you have a footlocker?
(yeye)	Hana kasha.	He has no footlocker.
(sisi)	Hatuna kasha.	We have no footlocker.
(ninyi)	Hamna kasha?	Don't you (pl.) have a footlocker?
(wao)	Hawana kasha.	They have no footlocker.

30

C-1

    A: (Bwana Smith) ana (ramani ya   A: Does (Mr. Smith) have (a map of
         Australia)?   Australia)?

    B: La, hana (ramani ya Australia).   B: No, he doesn't.

C-2

    A: Una (kiberiti)?   A: Do you have a (match)?

    B: Ndiyo, nina(ch)o.   B: Yes, I have.

TO THE STUDENT:

The element /na/ means 'and' or 'with'. It most commonly joins two words in Swahili: /Bw. Kanyati na Bw. Msonte/. In this cycle, however, it is serving as a kind of stem, to which subject prefixes are added:

        Nina saa.   I have a watch. ('I-with watch.')

In the replies (M-1), the final syllable is /yo, lo/, etc., in agreement with the noun that was mentioned in the question.

As with the locatives /po, ko, mo/, the negative is formed by means of /ha/. The singular personal forms show the same special changes that were noted in Cycle 14.

CYCLE 22

M-1

ofisi (9,10)	Kuna simu ofisini.	office	There's a phone in the office.
mlango (3,4)	Pana simu mlangoni.	door	There's a phone at the door.
bweni	Mna simu bwenini mwetu.	dorm	There's a phone in our dorm.
chumba	Mna simu chumbani mwangu.	room	There's a phone in my room.
hapa	Pana simu hapa.	here	There's a phone here.

M-2

simu (9,10)	Kuna simu hapa?	phone	Is there a phone [around] here?

C-1

    A: Kuna simu hapa?   A: Is there a phone here?

    B: Hakuna simu hapa.   B: There's no phone here.
        Kuna simu (ofisini).   There's a phone (in the office).

C-2

    A: Simu iko wapi?   A: Where is the phone?

    B: Iko (bwenini).   B: It's (in the dorm).

Learn to describe the location of every phone to which you normally have access.

31

TO THE STUDENT:

The locative classes that appeared in Cycles 19-22 appear here as subject prefixes with /na/. Individual instructors will vary in just which locative they prefer to use in a given sentence. Discussion of the problem should not be allowed to consume much class time.

CYCLE 23

Greetings and Leavetakings

Hujambo, bwana.	How are you? (said to a man)
Sijambo, bi/bibi.	I'm fine. (said to a woman)
Habari gani?	What news? (a standard question)
Habari nzuri.	Good news. (the standard reply to /habari gani/)
Hamjambo.	How are you (pl.)?
Hatujambo.	We're fine.
Jambo.	Hello. (Rather short, and less personal than /hujambo/.)
Habari za asubuhi?	News of morning? (a morning greeting)
Habari za mchana? Habari za kutwa?	News of midday? (a midday greeting)
Habari za jioni?	News of evening? (an evening greeting)
Kwa heri.	Goodbye.
Tutaonana tena.	We'll see one another again.
Tutaonana kesho.	We'll see one another tomorrow.

TO THE STUDENT:

The literal meanings of /hujambo/ and /sijambo/ are respectively 'you [have] no matter/affair' and 'I [have] no matter/affair'.

Some speakers make a difference between the titles /bi/ and /bibi/, using the former in speaking to an unmarried woman, and the latter in speaking to a married one. Many other speakers, however, do not make this distinction.

Using the title /bwana/ does not imply subservience of any kind.

CYCLE 24

M-1

Learn to use the underlined words in conducting the class.

<u>Nionyeshe</u> saa yako.	<u>Show me</u> your watch.
<u>Tuonyeshe</u> saa yako.	<u>Show us</u> your watch.
<u>Tuambie</u> baiskeli yako iko wapi.	<u>Tell us</u> where your bicycle is.
<u>Mwulize</u> Bw. Smith anatoka wapi.	<u>Ask</u> Mr. Smith where he is from.
<u>Mwambie</u> Bw. Smith unatoka wapi.	<u>Tell</u> Mr. Smith where you are from.
<u>Nadhani</u> kuna simu ofisini.	<u>I think</u> there is a phone in the office.

C-1

Write twenty short sentences in Swahili.

C-2

Use the following in sentences that are short, grammatically correct, and factually true:

jina (5, 6)	lake	wanakaa
mji	si	ziko
changu	bwana	la
kusini	hii	nani
Mwafrika	mimi	siishi

25

At the end of this series, every student should be able to ask and answer
questions about the name, home, occupation, nationality and present residence of:

1. All members of the class.

2. Six or more persons who live or work nearby but are not in the class.

3. Twelve or more African leaders. He should also be able to recognize
    these leaders in photographs.

4. Persons in snapshots brought in by members of the class.

Get whatever extra vocabulary you need in order to be able to do this. Each
student should stand up and talk for two minutes or more in fluent, correct
Swahili, using as props his fellow students and photographs of other people.

Play an elimination game in the manner of a spelling bee. Give a noun, and
require the contestant to give it back together with some word that agrees with
it.

CYCLE 26

M-1

kuamka	Tunaamka.	to get up	We get up.
kuvaa	Tunavaa.	to get dressed	We get dressed.
kula chakula cha asubuhi	Tunakula chakula cha asubuhi.	to eat breakfast	We eat breakfast.
kuja darasani	Tunakuja darasani.	to come to class	We come to class.
kula chakula cha mchana	Tunakula chakula cha mchana.	to eat lunch	We eat lunch.

M-2

halafu	Halafu mnafanya nini?	then	Then what do you (pl.) do?
nini?	Halafu mnafanya nini?	what?	Then what do you (pl.) do?

C-1

A: Tuna _____.   A: We _____.

B: Halafu mnafanya nini?   B: Then what do you do?

A: Halafu, tuna _____.   A: Then we _____.

B: Halafu mnafanya nini?   B: Then what do you do?

A: Halafu tuna _____.   A: Then we _____.

Add the expressions for any other activities that are a part of your morning schedule. Become very glib in reciting the whole forenoon's program.

TO THE STUDENT:

The Swahili words in the cue column (/kuvaa, kuamka/, etc.) are called 'infinitives'. In many of their uses they parallel the 'infinitives' of European languages, but they are used here to supply a neutral form of the verb to be used as a cue.

Most verbs have two or more syllables in their stems. Examples are /toka/ 'to come from', /amka/ 'to get up' which has three, and /vaa/ 'to put on clothing' which has two. There are a few verb stems however which consist of only one syllable. Two of the most common occur in this cycle: /ja/ 'to come' and /la/ 'to eat'. In certain of their tenses, these monosyllabic stems require an extra /ku/ before them. This sounds and looks like the /ku/ of the infinitive, but it is better not to think of them as the same unit. The extra /ku/ is required in the /na, li, ta/ tenses, but not in the (affirmative) /a/ tense, nor in the negative present.

      tunakula (/na/tense)⎤'we eat'
but twala   ⎦
     hatuli   'we don't eat'

CYCLE 27

M-1

kula chakula cha mchana	Tunakula chakula cha mchana.	to eat lunch	We eat lunch.
kusoma	Tunasoma.	to study	We study.
kurudi nyumbani	Tunarudi nyumbani.	to go home	We go home.
kula chakula cha jioni	Tunakula chakula cha jioni.	to eat dinner	We eat dinner.
kupumzika	Tunapumzika.	to relax	We relax.
kulala	·Tunalala.	to go to bed	We go to bed.

C-1

A: Tuna _____.   A: We _____.

B: Halafu mnafanya nini?   B: Then what do you do?

A: Tuna _____.   A: We _____.

B: Halafu mnafanya nini?   B: Then what do you do?

       etc.   etc.

> At the end of this cycle, the students should be able to name in series the principal activities in their daily routine.

CYCLE 28

M-1

Twaamka	Tunaamka.	to get up	We get up.
Twavaa	Baada ya kuamka, tunavaa nguo.	to get dressed	After getting up, we get dressed.
Twala chakula cha asubuhi	Baada ya kuvaa nguo, tunakula chakula cha asubuhi.	to eat breakfast	After getting dressed, we eat breakfast.
Twaja darasani	Baada ya kula chakula cha asubuhi, tunakuja darasani.	to come to class	After eating breakfast, we come to class.

36

_____ Baada ya kuja darasani
_____ _____ .

(add any remaining   After coming to
vocabulary that   class, we _____ .
you need.)

C-1

A: Tuna _____A_____ .

B: Baada ya ____A_____ ,
    mna _____ ?

A: Baada ya ____A_____ ,
    tuna ____B____ .

B: Baada ya ____B____ , tuna
    _____C_____ .

          etc.

A: We _____A_____ .

B: After _____A____ing, what do you
    do?

A: After ____A____ing, we ____B____ .

B: After ____B____ , we _____C____ .

          etc.

TO THE STUDENT:

The verb form that follows /baada ya/ is the infinitive (Cycle 26). Notice
that here it is <u>not</u> translated by an <u>English</u> infinitive.

The two-part sentences of this cycle give you an opportunity to use the in-
finitive and the present tense side-by-side.

CYCLE 29

Wakati huu mwalimu asiwae**leze** wanafunzi maana ya maneno <u>moja</u>, <u>mbili</u>, <u>tatu</u>,
<u>nne</u>, <u>tano</u>, <u>sita</u>, <u>saba</u>, <u>nane</u>, <u>tisa</u>, <u>kumi</u>, <u>kumi na moja</u>, <u>kumi na mbili</u>. Jambo
hili ni muhimu sana!

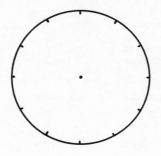

M-1

ngapi?   Saa ngapi?   what?   What time is it?

C-1

> Pointing to various hours on the blank clock face.

Saa ngapi?   What time is it?
  Ni saa (mbili).   It's _____.
                                    (hour)

Tunafanya nini saa (mbili)?   What do we do at _____?
                                    (hour)

  Saa (mbili), tuna _____.   At _____, we _____.
                            (hour)   (activity)

C-2

A: Tuna(kuja darasani) saa   A: Do we (come to class) at (saa moja)?
   (moja)?

B: La, hatu(ji darasani) saa   B: No, we don't (come to class) at
   (moja).   (saa moja).

A: Tuna(kuja darasani) saa ngapi? A: What time do we (come to class)?

B: Tuna(kuja darasani) saa   B: We (come to class) at (saa tatu).
   (tatu).

TO THE STUDENT:

The names of the hours (/tano, mbili/ etc.) should be learned in association with the activities that normally go with them. It is very important that during the next 48 hours you avoid learning any other meanings for the names of the hours.

CYCLE 30

M-1

kuamka	Tunaamka saa moja asubuhi.	to get up	We get up at o'clock in the morning.
kula chakula cha asubuhi	Tunakula chakula cha asubuhi saa mbili.	to eat breakfast	We eat breakfast at o'clock in the morning.
kula chakula cha mchana	Tunakula chakula cha mchana saa sita.	to eat lunch	We eat lunch at o'clock in the midday.
kurudi nyumbani	Tunarudi nyumbani saa kumi.	to return home	We go home at o'clock in the afternoon.
kula chakula cha jioni	Tunakula chakula cha jioni saa moja jioni.	to eat dinner	We eat dinner at o'clock in the evening.

M-2

kuamka	Mnaamka saa ngapi?	to get up	What time do you get up?
kula chakula cha asubuhi	Mnakula chakula cha asubuhi saa ngapi?	to eat breakfast	What time do you eat breakfast?

C-1

Mwa _____ saa ngapi?   What time do you _____?
  Twa ._____ saa _____.   We _____ at _____

CYCLE 31

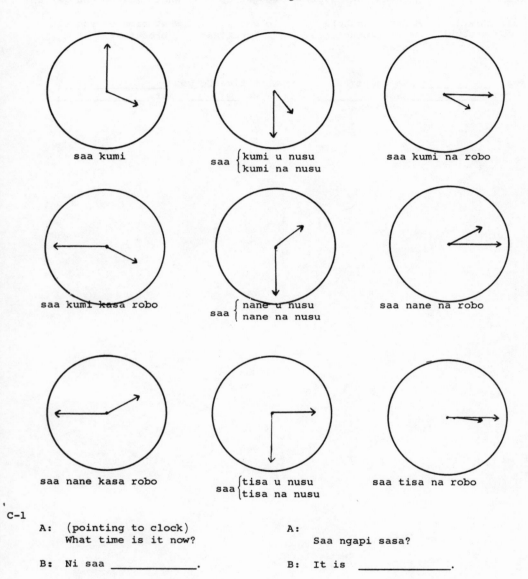

saa kumi

saa { kumi u nusu
      kumi na nusu

saa kumi na robo

saa kumi kasa robo

saa { nane u nusu
      nane na nusu

saa nane na robo

saa nane kasa robo

saa { tisa u nusu
      tisa na nusu

saa tisa na robo

C-1

A: (pointing to clock)
    What time is it now?

B: Ni saa _____.

A:
    Saa ngapi sasa?

B: It is _____.

CYCLE 32

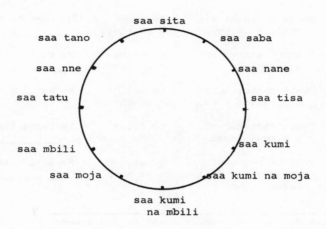

M-1

The student should learn to pronounce saa moja, saa mbili etc., through saa kumi na mbili.

M-2

kufanya   Unafanya nini saa moja?   to do   What do you do at (saa moja)?

C-1

A: Una(kula chakula cha asubuhi)   A: What time do you (sg.) (eat
        saa ngapi?   breakfast)?

B: Nina(kula chakula cha asubuhi)   B: I (eat breakfast) at (   ).
        saa (mbili).

C-2

A: Mnafanya nini saa (tatu)?   A: What do you (pl.) do at (   )?

B: Saa (tatu) tuna(kuja darasani).   B: At (   ), we (come to class).

CYCLE 33

M-1

[Use either the /a/ tense or the /na/ tense.]

kuja darasani	Twaja darasani saa mbili na robo.	to come to class	We come to class at _____.
kunywa kahawa	Twanywa kahawa saa nne unusu.	to drink coffee	We drink coffee at _____.
kula chakula cha mchana	Twala chakula cha mchana saa sita.	to eat lunch	We eat lunch at _____.
kuondoka shuleni	Twaondoka shuleni saa kumi unusu.	to leave the school	We leave the school at _____.
kufika nyumbani	Twafika nyumbani saa kumi na moja kasoro robo.	to arrive at home	We arrive home at _____.

M-2

Notice 15 minute difference between question and answer.

Twaja darasani saa mbili?

Do we come to class at _____?

La, twaja darasani saa mbili na robo.

No, we come to class at _____.

Twanywa kahawa saa nne na robo?

Do we drink coffee at _____?

La, twanywa kahawa saa nne u nusu.

No, we drink coffee at _____?

Twala chakula cha mchana saa sita kasoro robo?

Do we eat lunch at _____?

La, twala chakula cha mchana saa sita.

No, we eat lunch at _____.

Twaondoka shuleni saa kumi na robo?

Do we leave school at _____.

La, twaondoka shuleni saa kumi u nusu.

No, we leave school at _____.

Twafika nyumbani saa kumi u nusu?

Do we arrive home at _____?

La, twafika nyumbani saa kumi na moja kasoro robo.

No, we arrive home at _____.

C-1

In M-1 and M-2, the times for the various activities are given in the book. In C-1, <u>use the times that are actually true for the class.</u>

Twa ___A___ saa ___B___?   Do we ___A___ at ___B___?

La, hatu ___A___ saa ___B___.   No, we don't ___A___ at ___B___.

Twa ___A___ saa ___C___.   We ___A___ at ___C___.

In this cycle, do not try to state the time in minutes.

TEXTS, SERIES TA

The following series of texts were recorded impromptu by a speaker of Swahili without reference to the content of this course.

Master Text TA-1 in four ways:

a. Be sure you can understand it.

b. Learn to repeat it after your instructor and read it aloud with clear pronunciation.

c. Cover everything but the Swahili words in the left-hand column, and give the Swahili sentence from these cues.

d. Cover everything but the English sentences, and give the Swahili by referring to them.

TEXT TA-1

mwana Peace Corps
  'PCV'
	Wana Peace Corps huamka
	  mapema saa kumi na
	  mbili asubuhi.
		Peace Corps personnel
		get up early at
		6 a.m.

mapema 'early'		
asubuhi (9) 'morning'		

chakula (7, 8)
  'food'
	Wanakula chakula chao
	  cha asubuhi saa moja.
		They eat their breakfast
		('morning food') at
		7:00.

kwenda
  'to go'
	Halafu wanakwenda
	  darasani saa mbili.
		Then they go to class
		at 8:00.

kujifunza
  'to study'
 	
jambo (5),pl. mambo(6)
  'matter, affair'
 	
yaani
  'that is to say'
	Katika darasa wanajifunza
	  mambo ya Afrika, yaani
	  jiografia, historia,
	  na mambo ya uchumi
	  katika nchi za Afrika.
		In class, they study
		matters relating to
		('of') Africa, that
		is, geography, history,
		and economic affairs
		in the countries of
		Africa.

uchumi (14) 'economics'		

TO THE STUDENT:

The most conspicuous new point in this text is the /hu/ tense:

    Huamka.   'I, you, he, we, etc. get up.'

The /hu/ tense does not have prefixes or any other device for showing differences among first, second, or third person singular or plural subjects.

The /hu/ tense is more or less 'general present' in meaning. It is especially likely to be used of actions that are routine or that are characteristic, but comparison of Texts TA-1 and TA-2 shows how the /hu/ tense may be interchanged with other 'present' tenses.

The negative counterpart of the /hu/ tense is the same as for the /na/ and /a/ present tenses (Cycle 14).

The stem /jifunza/ 'to study' is composed of /funza/ 'to teach, educate' and the reflexive prefix /ji/. Its literal meaning is therefore 'to teach oneself'.

The verb stem /enda/ 'to go' has two syllables, but it takes an extra /kw/ in the same tenses where the monosyllabic stems have an extra /ku/ (Cycle 26).

Read the following aloud, filling in the blanks orally. Do not write in the blanks, since that would spoil the book for future practice and self-testing.

W___ Peace Corps ___amka mapema saa __kumi na ___ili asu_____. __na__la __kula __ao _a asubuhi saa __moja. Halafu wa___enda darasa__ saa __ili. Katika darasa wana__funza mambo __a Afrika, ya__ jio_____, hi_____, na mambo __a _chumi katika nchi __a Afrika.

Use each of the following in a sentence:

mambo	mwana Peace Corps
mapema	kwenda
yaani	kujifunza

TEXT TA-2

Read the following text aloud, being sure that you understand the meaning of each sentence.

Wana Peace Corps huamka asubuhi saa kumi na mbili. Wala chakula chao cha asubuhi saa moja. Halafu huenda darasani saa mbili. Wanasoma darasani mpaka saa sita mchana. Saa sita mchana wanakula chakula chao cha mchana. Baadaye wanapumzika kwa muda wa saa moja. Halafu huanza masomo tena saa saba mchana. Wanasoma mpaka saa nane, na saa nane wanapumzika kwa dakika kumi.

mpaka	'until'	somo (5,6)	'lesson'
baadaye	'afterward, after that'	soma	'to study, read'
muda (3)	'period of time'	tena	'again'
anza	'to begin'	dakika (9, 10)	'minute'

45

TO THE STUDENT:

The word /wala/ is of course simply the /a/ tense form that corresponds to /wanakula/.

Ask and answer questions on the text, such as the following:

1. Wana Peace Corps huamka saa ngapi?

2. Wanafanya nini saa moja?

3. Baada ya kula, huenda wapi?

4. Wanafanya nini saa mbili?

5. Wanasoma darasani kwa muda gani?

6. Hula chakula cha mchana saa ngapi?

7. Baada ya kula chakula cha mchana, huanza nini?

8. Wanasoma mpaka saa ngapi?

9. Wanapumzika saa ngapi?

10. Wanapumzika kwa muda gani?

Read aloud, filling in the blanks orally:

_____ Peace Corps __amka asu____ saa 12. __la cha____ ch__ ch_ asubuhi saa 1. Halafu hu____ darasani saa 2, Wanas___ darasa__ mpaka saa 6 m_____.   Saa 6 m_____ wa_____la cha____ __ao __a mchana. B_____ wanapu____ __a m___ _a saa moja. Ha____ hu____ masomo tena saa 7 mchana. Wanasoma _____ saa Ɛ, na saa Ɛ ____pumzika __a dakika 10.

Use in sentences:

mpaka	masomo (6)
saa 2	soma
saa 10	dakika
pumzika	anza

TEXT TA-3

    The following impromptu text was recorded by the same speaker who recorded TA-1 and TA-2.

kula	Baada ya kula chakula chao cha mchana,	After eating their lunch,
kurudi 'to return'	wanarudi darasani saa saba,	they go back to class at 1:00,
kujifunza	na darasani wanajifunza Kiswahili mpaka saa nane.	and in class they study Swahili until 2:00.
kupumzika 'to rest'	Halafu saa nane hupu= mzika kwa dakika kumi.	Then at 2:00 they rest for ten minutes.
baada (9)	Baada ya kupumzika kwa dakika kumi,	After resting for ten minutes,
kusomeshwa 'to be taught'	hurudi tena na kusomeshwa mpaka saa tisa.	they go back again and are taught until 3:00.
kuondoka	Baada ya saa tisa huondoka darasani.	After 3:00, they leave the classroom.
kupumzika	Halafu wanapumzika kwa dakika kumi tena.	Then they rest for ten minutes again.

Master this text in the ways described for TA-1.

TO THE STUDENT:

    The stem /someshwa/ 'to be taught' is related to the stem /soma/ 'to read, study'. The fragment /esh/ is the 'causative extension': /somesha/ means 'to teach', i.e. 'to cause to study'. The fragment /w/ is the 'passive extension': /somesha/ is 'to teach' and /someshwa/ is 'to be taught'.

    Read aloud, filling in the blanks orally:

Baada ____ kula _____ chao ____ mchana, _____ darasani _____ saba, na

darasani _____ Kiswahili _____ saa ____. Halafu ____ nane _____ kwa _____

kumi. Baada ____ kupumzika ____ dakika _____, hurudi ____ na _____ mpaka ____

tisa. Baada ____ saa _____ huondoka _____. Halafu _____ kwa ____ kumi _____

    Ask and answer questions like the ten questions with TEXT TA-2.

Sample short quizzes over Series TA:

Fill in the blanks:

Saa sita m_____ wa_____la cha_____ __ao __a m_____. Wa__pumz__a _a muda _a saa moja.

Use each word in a complete sentence:

kurudi	muda
kupumzika	kusoma
dakika	masomo
mchana (3)	kusomeshwa
yaani	mapema

Describe in fluent, correct Swahili either :

a. The Peace Corps training schedule that is the subject of these texts, or

b. Your own study schedule up to 4 p.m.

CYCLE 34

M-1

kuamka	Niliamka saa kumi na mbili u nusu leo.	to get up	I got up at 6:30 today.
kula chakula cha asubuhi	Nilikula chakula cha asubuhi saa moja u nusu leo.	to eat breakfast	I ate breakfast at 7:30 today.
kuondoka nyumbani	Niliondoka nyumbani saa mbili na robo leo.	to leave the house	I left the house at 8:15 today.
kufika darasani	Nilifika darasani saa tatu kasoro robo leo.	to arrive at class	I arrived at class at 8:45. today.

48

M-2

kuamka	Uliamka saa ngapi leo?	to get up	What time did you get up today?
kula chakula cha mchana	Ulikula chakula cha mchana saa ngapi leo?	to eat breakfast	What time did you eat breakfast today?
kuondoka nyumbani	Uliondoka nyumbani saa ngapi leo?	to leave the house	What time did you leave home today?
kufika darasani	Ulifika darasani saa ngapi leo?	to arrive at class	What time did you get to class today?

C-1

A: Uli(amka) saa ngapi leo?　　A: What time did you (get up) today?

B: Nili(amka) saa (　　) leo.　　B: I (got up) at (　　) today.

TO THE STUDENT:

The reason for avoiding the translations of the numerals should now be apparent. By associating the numerals first with activities in the daily schedule, one is less likely to make a six-hour error in telling time.

This cycle introduces the /li/ tense, which is general past in its meaning. Monosyllabic stems and /enda/ require an extra / ku/ or /kw/, just as they did in the /na/ tense.

CYCLE 35

M-1

kuamka	Bwana Thompson aliamka saa ngapi asubuhi hii?	to get up	What time did Mr. Thompson get up this morning?
kula chakula cha asubuhi	Bwana Thompson alikula chakula cha asubuhi saa ngapi?	to eat breakfast	What time did Mr. Thompson eat breakfast?
kuondoka nyumbani	Bwana Thompson aliondoka nyumbani saa ngapi leo?	to leave home	What time did Mr. Thompson leave home today?

M-2

kuamka	Sijui Bw. Thompson aliamka saa ngapi leo.	to get up	I don't know what time Mr. Thompson got up today.
kula chakula cha asubuhi	Sijui Bw. Thompson alikula chakula cha asubuhi saa ngapi leo.	to eat breakfast	I don't know what time Mr. Thompson ate breakfast today.
kuondoka nyumbani	Sijui Bw. Thompson aliondoka nyumbani saa ngapi leo.	to leave home	I don't know what time Mr. Thompson left home today.

C-1

(Bw. Smith) ali(amka) saa ngapi leo?	What time did (Bw. Smith) (get up) today?
Sijui (Bw. Smith) ali(amka) saa ngapi leo.	I don't know what time (Bw. Smith) (got up) today.

TO THE STUDENT:

This cycle provides an occasion for extending slightly your use of the /li/ tense, and for introducing the most useful form of the verb /jua/ 'to know'.

CYCLE 36

M-1

kuamka	Mwulize Bw. Thompson aliamka saa ngapi leo.	to get up	Ask Mr. Thompson what time he got up today.
kula chakula cha asubuhi	Mwulize Bw. Thompson alikula chakula cha asubuhi saa ngapi leo.	to eat breakfast	Ask Mr. Thompson what time he ate breakfast today.
kuondoka nyumbani	Mwulize Bw. Thompson aliondoka nyumbani saa ngapi leo.	to leave home	Ask Mr. Thompson what time he left home today.

M-2

Bi Phillips	Na Bi Phillips je?	Miss Phillips	And what about Miss Phillips?
Bibi Arp	Na Bibi Arp je?	Mrs. Arp	And what about Mrs. Arp?
Bwana Peterson	Na Bwana Peterson je?	Mr. Peterson	And what about Mr. Peterson?

C-1

A: (Bw. Arp) ali(amka) saa ngapi leo?

A: What time did (Bw. Arp) (get up) today?

B: Sijui (Bw. Arp) ali(amka) saa ngapi leo.

B: I don't know what time (Bw. Arp) (got up) today.

A: Mwulize (Bw. Arp) ali(amka) saa ngapi.

A: Ask (Bw. Arp) what time he (got up).

B: (Bw. Arp), uli(amka) saa ngapi leo?

B: (Bw. Arp), what time did you (get up) today?

C: Nili(amka) saa (   ).

C: I (got up) at (   ).

TO THE STUDENT

The particle /je/, pronounced as a separate word, may be placed at the end of a sentence, corresponding to English 'and what about'. The same interrogative particle at the beginning of a sentence merely warns the listener that a question is about to follow:

Je, una saa?   'Do you have a watch?'

CYCLE 37

M-1

kuamka	Uliamka saa ngapi jana?	to get up	What time did you get up yesterday?
kula chakula cha asubuhi	Ulikula chakula cha asubuhi saa ngapi jana?	to eat breakfast	What time did you eat breakfast yesterday?
kula chakula cha jioni	Ulikula chakula cha jioni saa ngapi jana?	to eat dinner	What time did you eat dinner yesterday?
kulala	Ulilala saa ngapi jana?	to go to bed	What time did you go to bed yesterday?

51

M-2

kuamka	Kwa kawaida naamka saa kumi na mbili.	to get up	I usually get up at (saa kumi na mbili).
kula chakula cha asubuhi	Kwa kawaida nala chakula cha asu- buhi saa moja u nusu.	to eat breakfast	I usually eat breakfast at (saa moja u nusu).
kula chakula cha jioni	Kwa kawaida nala chakula cha jioni saa moja.	to eat dinner	I usually eat dinner at (saa moja).
kulala	Kwa kawaida nalala saa tano usiku.	to go to bed	I usually go to bed at (saa tano).

C-1

A: Uli(lala) saa ngapi jana?

A: What time did you (go to bed) yesterday?

B: Nili(lala) saa ( ) jana.

B: Yesterday I (went to bed) at ( ).

A: Kwa kawaida wa(lala) saa ( )?

A: Do you usually (go to bed) at ( )?

B: Ndiyo, kwa kawaida na(lala) saa ( ).

B: Yes, I usually (go to bed) at ( ).

C-2

A: Uli(lala) saa ngapi jana?

A: What time did you (go to bed) yesterday?

B: Nili(lala) saa (nne) jana.

B: Yesterday I (went to bed) at (ten o'clock).

A: Kwa kawaida wa(lala) saa (nne)?

A: Do you usually (go to bed) at (10)?

B: La, kwa kawaida na(lala) saa (sita).

B: No, I usually (go to bed) at (12).

A: Lakini jana nili(lala) saa (nne).

But yesterday I (went to bed) at (10).

C-3

A: Uli(lala) saa ngapi jana?

A: What time did you (go to bed) yesterday?

B: Jana nili(lala) saa ( ).

B: Yesterday I (went to bed) at ( ).

A: Na (Bw. Smith) je? Ali(lala) saa ngapi?

A: And what about (Bw. Smith)? What time did he (go to bed)?

A: Sijui ali(lala) saa ngapi.

B: I don't know what time he (went to bed).

A: Mwulize ali(lala) saa ngapi.

A: Ask him what time he (went to bed) yesterday.

C-4

A: (Jason Mandoro) atoka (nchi) gani?

A: What (country) is (Jason Mandoro) from?

B: Sijui atoka nchi gani.

B: I don't know what country he is from.

TO THE STUDENT:

This cycle provides practice in using present and past tenses side by side.

Continue this, using the names of real people who are not known to the rest of the class. Ask about city, state, country. Ask also about nationality. Answers will consist of I don't know plus a repetition of the question.

CYCLE 38

M-1

10	kumi	10	ten
20	ishirini	20	twenty
30	thelathini	30	thirty
40	arobaini	40	forty
50	hamsini	50	fifty
60	sitini	60	sixty
70	sabini	70	seventy
80	themanini	80	eighty
90	tisini	90	ninety
100	mia	100	one hundred

C-1

    A: (ishirini)

(Teacher or Student)
A: _____.
   (any of the words in M-1)

    B: (thelathini)

(Student)
B: _____.
   (ten more than the word given by
   teacher or student A.

C-2

    A: (sitini)

A: _____.
   (any word in M-1)

    B: (themanini)

B: _____.
   (twenty more than the word given
   by A)

C-3

Dictate these numbers: Students should write figures.

At the end of this cycle, students should be able to take dictation at the rate of five numbers in 15 seconds.

This cycle and the ones that follow it may be converted into competitive games on the principle of a spelling bee.

CYCLE 39

M-1

10	kumi	10	ten
11	kumi na moja	11	eleven
12	kumi na mbili	12	twelve
13	kumi na tatu	13	thirteen
14	kumi na nne	14	fourteen
15	kumi na tano	15	fifteen
16	kumi na sita	16	sixteen
17	kumi na saba	17	seventeen

18	kumi na nane	18	eighteen
19	kumi na tisa	19	nineteen
20	ishirini	20	twenty
21	ishirini na moja	21	twenty-one
22	ishirini na mbili	22	twenty-two
23	ishirini na tatu	23	twenty-three
24	ishirini na nne	24	twenty-four
25	ishirini na tano	25	twenty-five
26	ishirini na sita	26	twenty-six
27	ishirini na saba	27	twenty-seven
28	ishirini na nane	28	twenty-eight
29	ishirini na tisa	29	twenty-nine
30	thelathini	30	thirty
31	thelathini na moja	31	thirty-one
32	thelathini na mbili	32	thirty-two
33	thelathini na tatu	33	thirty-three

C-1

A: (27)

(Teacher or Student)
A: _____.
    (any number 1 - 99)

B: (28)

(Student)
B: _____.
    (one more than A's number)

C-2

A: (89)

A: _____.
    (any number 1 - 98)

B: (91)

B: _____.
    (two more than A's number)

C-3

| Dictate the numbers: Students should write figures. |

| Goal is accurate writing at 3 seconds per number. |

55

CYCLE 40

M-1

100	mia moja	100	one hundred
200	mia mbili	200	two hundred
300	mia tatu	300	three hundred
400	mia nne	400	four hundred
500	mia tano	500	five hundred
600	mia sita	600	six hundred
700	mia saba	700	seven hundred
800	mia nane	800	eight hundred
900	mia tisa	900	nine hundred
1000	elfu moja	1000	one thousand
150	mia moja hamsini	150	one hundred fifty
250	mia mbili hamsini	250	two hundred fifty
370	mia tatu sabini	370	three hundred seventy
875	mia nane sabini na tano	875	eight hundred seventy-five

C-1

(Teacher or Student)

A: (471)

A: ____(471)____ .
(any number 1 - 999)

B: (472)

B: ____(472)____ .
(one more than A's number)

C-2

Continue as in C-1, adding or subtracting 2, 5, 10 or 100.

CYCLE 41

M-1

motakaa ya abiria (bus) (9, 10)	Nilikuja hapa kwa motakaa ya abiria.	bus	I came here by bus.
gari la moshi (5,6)	Nilikuja hapa kwa gari la moshi.	train	I came here by train.
ndege (eropleni)	Nilikuja hapa kwa ndege (eropleni).	plane	I came here by plane.
motakaa (9, 10)	Nilikuja hapa kwa motakaa.	car	I came here by car.

M-2

| je? | Ulifikaje hapa? | | how? | How did you get here? |
| namna gani? | Ulifika hapa namna gani? | | | |

C-1

A: Ulifikaje _____?   A: How did you get to _____?
                                         (town where
                                          class is)

B: Nilifika hapa kwa _____.   B: I came here by _____?
                                          (bus, train, etc.)

A: Ulitoka wapi?   A: Where did you come from?

B: Nilitoka _____.   B: I came from _____.
                                          (name of city)

TO THE STUDENT:

The interrogative particle /je/ (Cycle 36), when pronounced as part of a preceding verb, corresponds to English 'how?'

CYCLE 42

M-1

kufika	Sikufika asubuhi.	to arrive	I didn't arrive in the morning.
kuondoka	Sikuondoka nyumbani asubuhi.	to leave	I didn't leave home in the morning.
kusafiri	Sikusafiri kwa ndege.	to travel	I didn't travel by plane.

57

M-2

kufika	Ulifika asubuhi?	to arrive	Did you arrive in the morning?
kuondoka	Uliondoka nyumbani asubuhi?	to leave	Did you leave home in the morning?
kusafiri	Ulisafiri kwa ndege?	to travel	Did you travel by plane?

C-1

A: Ulifika (jioni)?

B: Sikufika (jioni).
   Nilifika (mchana).

A: Did you arrive in the (evening)?

B: I didn't arrive in the (evening).
   I arrived in the (afternoon).

C-2, C-3

[Ask the other questions in M-2, and give both negative and affirmative answers, as in C-1.]

TO THE STUDENT

The negative tense that most nearly corresponds to the past affirmative /li/ tense is illustrated in M-1. It employs the usual negative /ha/ etc. with the subject prefix (Cycle 14). Following the subject prefix is /ku/, which is used with all verb stems, and not just with monosyllabic stems and /enda/ (Cycle 26). The final vowel of this negative tense is the same as the final vowel of the affirmative.

CYCLE 43

[Refer to the timetable which appears below.]

M-1

New York	Ndege namba 35 huo-ndoka New York saa 5 na dakika 30 asubuhi.	New York	Flight 35 leaves New York at 11:30 a.m.
Chicago	Ndege namba 35 huo-ndoka Chicago saa 7 na dakika 25 mchana.	Chicago	Flight 35 leaves Chicago at 1:25 p.m.
Kansas City	Ndege namba 35 huo-ndoka Kansas City saa 9 na dakika 20 mchana.	Kansas City	Flight 35 leaves Kansas City at 3:20 p.m.

58

M-2

Chicago	Ndege namba 35 hufika Chicago saa 6 na dakika 48 mchana.	Chicago	Flight 35 arrives in Chicago at 12:48 p.m.
Kansas City	Ndege namba 35 hufika Kansas City saa 8 na dakika 42 mchana.	Kansas City	Flight 35 arrives in Kansas City at 2:42 p.m.
Albuquerque	Ndege namba 35 hufika Albuquerque saa 10 na dakika 10 mchana.	Albuquerque	Flight 35 arrives in Albuquerque at 4:10 p.m.

C-1

Ndege namba 23 _____ (fika/ondoka)

_____ saa ngapi.
(jina la mji)

What time does Flight 23 _____ (arrive/leave)

_____?
(name of city)

C-2

Hu _____ saa _____.
(fika/ondoka)   (wakati)

It _____ at _____.
(arrives/leaves)   (time)

[Ask and answer the same questions about Flights 27, 107, 137, etc.   The students should of course have the timetable before them for this cycle.]

Airline timetable chart with flight columns (255, 137, 27, 183, 35, 107, 431, 483, 41, 171 on the left; 369, 69, 55, 9, 61, 429, 435, 319, 217, 433 on the right) and city rows including Boston, Hartford–Springfield, New York, Philadelphia, Baltimore, Washington, Pittsburgh, Cleveland, Detroit, Columbus, Dayton, Chicago, Miami, Tampa–St. Petersburg–Clearwater, Atlanta, Nashville, Cincinnati, Louisville, Indianapolis, Terre Haute, St. Louis, Tulsa, Oklahoma City, Kansas City, Wichita, Amarillo, Denver, Albuquerque, Tucson, Phoenix, Las Vegas, Los Angeles, Oakland, San Francisco, Honolulu.

CYCLE 44

M-1

Ndege namba 23	Ndege namba 23 haiendi Baltimore.	Flight 23	Flight 23 doesn't go to Baltimore.
Ndege namba 61	Ndege namba 61 haiendi Chicago	Flight 61	Flight 61 doesn't go to Chicago.
Ndege namba 23 na 61	Ndege namba 23 na 61 haziendi Detroit.	Flights 23 and 61	Flights 23 and 61 don't to Detroit.

M-2

23	Ndege namba 23 yaenda Baltimore?	Flight 23	Does Flight 23 go to Baltimore?
61	Ndege namba 61 yaenda Chicago?	Flight 61	Does Flight 61 go to Chicago?
187	Ndege namba 187 yaenda Los Angeles?	Flight 187	Does Flight 187 go to Los Angeles?

C-1

A: Ndege namba 9 yaenda Chicago?

B: Hapana, haiendi Chicago.
Yaenda Los Angeles.

A: Does Flight 9 go to Chicago?

B: No, it doesn't go to Chicago.
It goes to Los Angeles.

C-2

A: Ndege namba _____ yaenda

_____?
(mji)

B: Ndiyo, yaenda. Yafika _____
(mji)

saa _____ na huondoka _____?
(saa)

au: (La, haiendi.)

A: Does Flight _____ go to _____?
(city)

B: Yes, it does. It arrives at _____
(city)

at _____ and leaves at _____.
(time)   (time)

or: (No, it doesn't.)

45

```
┌─────────────────────────────────────────┐
│ 1.  Each student should become an       │
│     expert on transportation            │
│     schedules between his own home      │
│     and the place where he boarded      │
│     the ship/plane (if he is now        │
│     studying in Africa).                │
│                                         │
│ 2.  The whole class should practice     │
│     with local bus schedules.           │
│                                         │
│ 3.  The whole class should practice     │
│     with intercontinental schedules     │
│     that include African cities.        │
└─────────────────────────────────────────┘
```

CYCLE 46

M-1

kuondoka	Niliondoka nyumbani saa 3:20 asubuhi,	to leave	I left home at 9:20 a.m.,
kufika	nikafika Kansas City saa 3:59.	to arrive	and arrived in Kansas City at 9:59.
kubadilisha	Nilibadilisha ndege huko Kansas City,	to change	I changed planes there [in] Kansas City,
kubaki	nikabaki huko kwa muda wa saa nne,	to stay	and stayed there for (a period of) four hours,
kuondoka	nikaondoka huko saa 7:30 mchana,	to leave	and left tnere at 1:30 p.m.,
kufika	nikafika Washington saa 3:02 usiku.	to arrive	and arrived in Washington at 9:02 p.m.

M-2

kueleza	Tueleze juu ya safari yako ya kuja Washington.	to explain	Tell us about your trip (of coming) to Washington.

C-1

(Give a connected account of your recent trip, using the /ka/ tense where-ever possible.)

TO THE STUDENT:

There are in Swahili two tenses that may be called 'dependent'. This means that a verb in one of these tenses may not be the only verb in a total utterance.

One of the 'dependent' tenses is the /ka/ tense, illustrated in M-1. It may

61

be called the 'subsecutive' tense because the action of a verb in the /ka/ tense is subsequent to the action of some preceding verb. The /ka/ tense is especially likely to be used in narration, where most of the verbs after the first may be 'subsecutive'.

CYCLE 47

M-1

Alhamisi	Leo ni Alhamisi.	Thursday	Today is Thursday.
Ijumaa	Leo ni Ijumaa.	Friday	Today is Friday.
Jumamosi	Leo ni Jumamosi.	Saturday	Today is Saturday.
Jumapili	Leo ni Jumapili.	Sunday	Today is Sunday.
Jumatatu	Leo ni Jumatatu.	Monday	Today is Monday.
Jumanne	Leo ni Jumanne.	Tuesday	Today is Tuesday.
Jumatano	Leo ni Jumatano.	Wednesday	Today is Wednesday.

M-2

| gani? | Leo ni siku gani? | what? | What day is today? |

C-1

> Hang a large calendar on the wall, or draw one on the board.   Point to dates
> on the calendar, and ask:

A: Leo ni siku gani?   A: What day is today?

B: Leo ni (   ).   B: Today is (   ).

CYCLE 48

M-1

Jumatano	Jana ilikuwa Jumatano.	Wednesday	Yesterday was Wednesday.
Alhamisi	Jana ilikuwa Alhamisi.	Thursday	Yesterday was Thursday.
Ijumaa	Jana ilikuwa Ijumaa.	Friday	Yesterday was Friday.
gani?	Jana ilikuwa siku gani?	what?	What was yesterday?

M-2

Jumamosi	Kesho itakuwa Jumamosi.	Saturday	Tomorrow will be Saturday.
Jumapili	Kesho itakuwa Jumapili.	Sunday	Tomorrow will be Sunday.
Jumatatu	Kesho itakuwa Jumatatu.	Monday	Tomorrow will be Monday.
gani?	Kesho itakuwa siku gani?	what?	What will tomorrow be?

C-1

A: Leo ni (   ).

Kesho itakuwa siku gani?

B: Kesho itakuwa (   ).

A: Today is (   ).

What will tomorrow be?

B: Tomorrow will be (   ).

C-2

A: Leo ni (   ).

Jana ilikuwa siku gani?

B: Jana ilikuwa (   ).

A: Today is (   ).

What was yesterday?

B: Yesterday was (   ).

TO THE STUDENT:

The /ta/ tense is used to express future meaning. The prefix /ta/ fits into the same slot as /na/ and /li/.

Notice that both /kesho/ 'tomorrow' and /jana/ 'yesterday' are nouns of Class 9.

CYCLE 49

M-1

Jumatano	Jana haikuwa Jumatano.	Wednesday	Yesterday wasn't Wednesday.
Alhamisi	Jana haikuwa Alhamisi.	Thursday	Yesterday wasn't Thursday.
Ijumaa	Jana haikuwa Ijumaa.	Friday	Yesterday wasn't Friday.
Jumamosi	Jana haikuwa Jumamosi.	Saturday	Yesterday wasn't Saturday.

M-2

Jumapili	Kesho haitakuwa Jumapili.	Sunday	Tomorrow won't be Sunday.
Jumatatu	Kesho haitakuwa Jumatatu.	Monday	Tomorrow won't be Monday.
Jumanne	Kesho haitakuwa Jumanne.	Tuesday	Tomorrow won't be Tuesday.

C-1

A: Leo ni (   ).

Kesho itakuwa (   )?

B: La, kesho haitakuwa (   ).

Kesho itakuwa (   ).

A: Today is (   ).

Will tomorrow be (   )?

B: No, tomorrow won't be (   ).

Tomorrow will be (   ).

C-2

A: Leo ni (   ).

   Jana ilikuwa (   )?

B: La, jana haikuwa (   ).

   Jana ilikuwa (   ).

A: Today is (   ).

   Was yesterday (   )?

B: No, yesterday wasn't (   ).

   Yesterday was (   ).

TO THE STUDENT:

The negative tense that corresponds to the affirmative /ta/ tense also has the future prefix /ta/. The negative prefix /ha/ is used exactly at it is for the /na/ and /li/ tenses. The extra /ku/ is used for monosyllabic stems and /enda/, but not for most verb stems. There is no change in the final vowel of the verb.

CYCLE 50

M-1

Januari	Leo ni tarehe 1 Januari.	January	Today is January 1.
Februari	Leo ni tarehe 22 Februari.	February	Today is February 22.
Machi	Leo ni tarehe 17 Machi.	March	Today is March 17.
Aprili	Leo ni tarehe 15 Aprili.	April	Today is April 15.
Mei	Leo ni tarehe 31 Mei.	May	Today is May 31.
Juni	Leo ni tarehe 30 Juni.	June	Today is June 30.
Julai	Leo ni tarehe 7 Julai.	July	Today is July 7.
Agosti	Leo ni tarehe 14 Agosti.	August	Today is August 14.
Septemba	Leo ni tarehe 31 Septemba.	September	Today is September 31.
Octoba	Leo ni tarehe 5 Oktoba.	October	Today is October 5.
Novemba	Leo ni tarehe 1 Novemba.	November	Today is November 1.
Desemba	Leo ni tarehe 12 Desemba.	December	Today is December 12.

C-1

Point at calendar.

A: Leo ni tarehe gani?   A: What is the date?

B: Leo ni tarehe (   ).   B: It's the (   ) of (   ).

C-2

[Continue to use a large calendar.]

A: Leo ni siku gani?   A: What is today?

B: Leo ni _____ tarehe   B: Today is _____, _____ of
          (siku ya juma)   (day of week) (date)

     _____ _____ mwaka _____.   _____, _____.
     (tarehe) (mwezi)   (mwaka)   (month) (year)

Many of the dates chosen for this cycle are holidays, either in the United
States or in East Africa, or both. If you like, you may replace them with other
dates of special significance, being sure that you have at least one date in
each month. Find out from your teacher the Swahili name for each holiday or
anniversary in the list that you learn.

CYCLE 51

M-1

kwenda	Nitakwenda Afrika Mashariki mwezi kesho.	to go	I'm going to go to East Africa next month.
kusafiri	Nitasafiri kwa meli.	to travel	I'm going to go to travel by steamship.
kupitia	Nitapitia Misri na Somalia.	to pass by	I'm going to go via Egypt and Somalia.
kushuka	Nitashuka katika bandari ya Dar es Salaam.	to descend, disembark	I'm going to get off at the port of Dar es Salaam.

M-2

kwenda	Utakwenda lini Afrika Mashariki?	to go	When are you going to go to East Africa?
kusafiri	Utasafirije?	to travel	How are you going to travel?
kupita	Utapitia nchi gani?	to pass	What countries will you pass through?

66

kushuka	Utashuka katika bandari gani?	to go down, get off, land	What port are you going to get off at?

C-1

(Ask and answer questions about one another's future trips.)

TO THE STUDENT:

The word /kesho/ by itself means 'tomorrow', but /mwezi kesho/ is one way of saying 'next month'. In the same way, /jana/ is 'yesterday', /mwezi jana/ is 'last month', and /mwaka jana/ is 'last year'.

CYCLE 52

M-1

kuondoka	Ukiondoka New York tarehe 10, utafika Mombasa tarehe 20.	to leave	If you leave New York on the 10th, you'll get to Mombasa on the 20th.
kuruka	Ukiruka kwa ndege, safari itachukua saa ishirini na tano.	to fly	If you go by air ('fly by plane'), the trip will take 25 hours.
kusafiri	Ukisafiri kwa meli, safari itachukua siku kumi.	to travel	If you travel by ship, the trip will take ten days.

M-2

tarehe	Nikiondoka New York tarehe kumi, nitafika Mombasa tarehe ngapi?	date	If I leave New York on the 10th, what date will I get to Mombasa?
saa	Nikiruka kwa ndege, safari itachukua saa ngapi?	hours	If I fly, how many hours will the trip take?
siku	Nikisafiri kwa meli, safari itachukua siku ngapi?	days	If I travel by ship, how many days will the trip take?

4280 — ENTEBBE—MURCHISON FALLS—ARUA

EC – East African Airways — D3 – Douglas DC-3

069	068	ECONOMY CLASS		067
⑦	①	Bus provided free (Int'l.pass.) Bg. 20 kg. (44 lbs.)		④
......	0830	1000	Lv ENTEBBE	Ar	1220
......	0940	1110	Ar Kasese	Lv	1110
......	0945	1115	Lv Kasese	Lv	1105
......	1100	1230	Ar MURCHISON FALLS ...	Lv	0950
......	1105	1235	Lv MURCHISON FALLS ...	Ar	0945
......		1310	Ar ARUA	Lv	0910
......		1340	Lv ARUA	Ar	0905
......		—	— Gulu	—	—
......		—	— Gulu	—	......
......		1510	Ar Soroti	Lv	0735
......		1515	Lv Soroti	Ar	0730
......	1215	1615	Ar ENTEBBE	Lv	0630

4285 — ENTEBBE—MWANZA

QP - Caspair — CE – Cessna 206 or RA – D.H.Rapide

④	⑥	⑬	④	ECONOMY CLASS Bg. 10 kg. * (22 lbs.)		⑤	⑬	⑥	④
0900	0900	0900	1130	Lv ENTEBBE	Ar	1815	1800	1345	1800
1000	1000	1000	1230	Ar Bukoba	Lv	1715	1700	1245	1700
1020	1015	1020	1250	Lv Bukoba	Lv	1700	1640	1230	1640
1120	1115	1120	1350	Ar Mwanza	Lv	1600	1540	1130	1540

DAR-ES-SALAAM—MAFIA—LINDI—MTWARA—MWANZA—DAR-ES-SALAAM

EC – East African Airways — D3 – Douglas DC-3; RA – DeHavilland DH

213 RA	215 RA	271 D3	272 D3	273 D3	270 D3	274 D3	279 D3	ECONOMY CLASS Bus provided. Bg. 20 kg. (44 lbs.)		272 D3	271 D3	270 D3	273 D3	274 D3
②⑦	②⑦	⑥	②	⑥	⑦	①	③⑤			②	⑥	⑦	④	③
0730	0945	0700	0730	0900	0900	1300	1300	Lv DAR-ES-SALAAM ... Ar		1230	1200	1745	1310	1710
0815								Ar MAFIA Lv						
	1100							Ar Kilwa Lv		1055				
		0835						Ar Nachingwea Lv		1040				
		0850						Lv Nachingwea ...... Ar			1035	1620	1145	1545
			0855			1425		Ar LINDI Lv		1020	1605	1130	1530	
			0910			1445		Lv LINDI .... Ar			1525			
								Ar MTWARA Lv			1540			
								MTWARA Lv			1320			
								Songea Lv			1305			
								Songea Lv						
	0935	0935	1045	1045	1445	1510		Ar MTWARA Lv		0955	0955	1100	1105	1505

282	277	275	280	283	281	D3 – Douglas DC 3 Equipment		283	280	281	277
④	③	②	①	⑤	①			①	⑤	④	③
1145			1030	1400	1435	Lv MWANZA .... Ar		1315	0955	1410	
1255			1140			Lv Tabora Lv		1205		1300	
1315			1200			Lv Tabora Lv		1150		1240	
1505			1350			Ar Mbeya Lv		1000		1050	
1525	1000	1140	1410			Lv Mbeya .... Ar		0940		1030	0940
	1115					Ar Songea Lv					
	1135					Lv Songea .... Ar					
				1455		Ar Njombe Lv				0945	
				1515		Lv Njombe .... Ar				0925	
	1240	1240				Ar Soo Hill Lv					
	1300	1300				Lv Soo Hill .... Ar					
1640	1335	1335	1615			Lv Iringa .... Ar		0825		0825	0825
1700	1405	1405	1635			Lv Iringa .... Ar		0805		0805	0805
1835	1540	1540	1810	1725	1800	Ar DAR-ES-SALAAM Lv		0630	0630	0630	0630

1060 — U.K., EUROPE—E. AFRICA—S. RHODESIA—S. AFRICA—MADAGASCAR

BR-British United Airways, EC-East African Airways, MD-Air Madagascar — CM4-Comet; V10-Vickers VC 10; 707-Boeing 707

MD 51 707 FY Y	BR 101 V10 Y	BR 103 V10 Y	BR 211 V10 Y	EC 719 CM4 FY	EC 709 CM4 FY	EC 717 CM4 FY	EC 721 CM4 FY	EC 725 CM4 FY	EC 715 CM4 FY	EC 705 CM4 FY	EC 713 CM4 FY	EC 703 CM4 FY	Bg. F 30 kg. (66 lbs.) Y 20 kg. (44 lbs.)		EC 714 CM4 FY	EC 704 CM4 FY	EC 720 CM4 FY	EC 722 CM4 FY	EC 724 CM4 FY	EC 706 CM4 FY	EC 712 CM4 FY	EC 708 CM4 FY	EC 718 CM4 FY	BR 212 V10 Y	BR 104 V10 Y
③	a-④	a-②	④	①	④	⑦	②	⑦	②	⑤	①	⑦			③	①	②	⑥	④	⑤	⑥	⑤	⑥	a-③	a-③
	2320	2320	1855	1745	1745	1915	1915	2100	2200	1745		2300	Lv LONDON, Heathrow •.. Ar		1930	0850	2035	2045	0700	0900	0940	1030	1100	2230	2015
										1845			Lv LONDON, Gatwick •... Ar		1830							0930			
2230				1845						1930			Lv PARIS, Orly. •...... Ar		1745	D845						D845			
2335				1930									Ar PARIS Lv											
0020						1905		2225					Lv MARSEILLE,Marignane... Ar									0925			
④					1955			2310					Ar MARSEILLE Lv				1900					0840			
				2120	2145		2130	0100				0115	Lv FRANKFURT, Rhein-Main... Ar		0620	1620	1815					0645	0645		
				2205	2230		2215	0145				0200	Ar ROME, Leonardo da Vinci ■		0535	1535	1730					0600	0600		
									0005	0250		0500	Lv ROME Lv		0420	1420									
									0050	0335		0545	Lv BENGHAZI Lv		0335	1335		0345	0545						
													Ar BENGHAZI Lv					0300	0500						
			0040						0200				Lv CAIRO .... Ar		1445			0335		0610				1615	1415
	0845	0845	0125						0245				Lv CAIRO Lv		1400	①		④		0525	⑤		⑦	1515	1515
	0935	0935	0415	0605	0700	0705		0710	1040	0745	1215		Ar ENTEBBE Lv			1215	2245	0045	0045	0045	0045	0045	0045		1230
	1030	1030	0530	0650	0745	0810		0755	1125	0845	1315		Lv ENTEBBE Lv		0900	1130	2200	2300	0001	2300	0001	2300	0001		
			0750	0845	0910	0720		0855	1225				Ar NAIROBI, Embakasi ... Lv		0800	2200									
													Lv NAIROBI Lv											
0845													Lv DJIBOUTI Lv		0645	2045									
1000										1000	1430		Ar DJIBOUTI Lv											
			0625										Ar DAR ES SALAAM Lv											1205
			0715										Ar N'DOLA Lv											1120
			0800										Lv N'DOLA Lv											1035
													Ar LUSAKA Lv											
													— LUSAKA Lv											
													— SALISBURY Lv											
													— SALISBURY Lv											
	1420												Ar JOHANNESBURG Lv											
													Ar TANANARIVE Lv											

a-Eff. Oct.23, Entebbe and Nairobi times one hour later.   •-Eff. Oct.23 times one hour earlier except flts.101/102, 103/104.   ■-Eff. May 22 times one hour later.

C-2

1030 U.K., PORTUGAL—WEST AFRICA

BR-British United Airways, GH-Ghana Airways, LJ-Sierra Leone —
BAC-BAC 111; VC-Vickers Viscount; BR-Bristol Britannia; V10-Vickers Viscount 10

BR 455 BR FY	LJ 351 V10 FY	BR 321 VC FY	BR 321 BAC Y	GH 705 V10 FY	Bus provided Bg. F 30 kg. (66 lbs.) Y 20 kg. (44 lbs.)		BR 322 VC Y	GH 700 V10 FY	BR 322 BAC FY	LJ 352 V10 FY	
⑤	⑦	b-⑦	c-⑦	ⓕ⑤		b-⑤	②⑥	c-⑤	①	
....	0920	0840	0915	1215	—	Lv LONDON, Gatwick . . . Ar	1715		1435	2150	....
....	....	....	1300 1435	1230	Lv LONDON, Heathrow . . Ar	1525		1225		....	
....	....	....	1345 1515		Lv LISBON . . . . Ar	1340		1225	1145	....	
1430	....	....			Ar TENERIFE Lv				....		
1525	....	....			Lv TENERIFE Lv	⑤		⑤	....		
1535	....	1705 1715			Lv LAS PALMAS . . . . Ar	0935		0935	....		
....	....	0700 0900			Ar LAS PALMAS Lv	1715		1635	....		
....	....	1050 1120			Ar BATHURST Lv	1320		1415	....		
....	1430	1135 1210			Lv BATHURST . . . . . Ar	1235		1325	....		
....		1345 1415			Ar FREETOWN Lv	1050		1215	1600	....	
....		1415 1415			Lv FREETOWN . . . . . Ar	1020		1115		....	
....		1720 1620	1845		Ar ACCRA Lv	0700	0900	0915		....	

a - On ⑦ flight no. is 701.   b - Terminates Feb. 9.   c - Eff. from Feb. 16.
d - On ⑤ flight no. is 704.

1040 EUROPE—WEST AFRICA

GH-Ghana Airways, OK-CSA, SU-Aeroflot —
V10-Vickers Viscount 10; Y8-Ilyushin 18

OK 521 Y8 Y	OK 525 Y8 Y	OK 513 Y8 Y	SU 021 Y8 FY	GH 707 V10 FY	Bus provided Bg. F 30 kg. (66 lbs.) Y 20 kg. (44 lbs.)		GH 706 V10 FY	SU 022 Y8 FY	OK 514 Y8 Y	OK 526 Y8 Y	OK 522 Y8 Y
①	b-⑤	a-⑤	①	③		④	③	c-④	d-④	②	
....	....	....	2340	1230	Lv LONDON, Heathrow . . Ar	1840	0605	....	....		
....	....	....			Lv MOSCOW, Sheremetyevo . Ar			2325	2325	2255	
0900	0220	0220			Lv PRAGUE, Ruzyne . . . . Ar	1815				2130	
1025					Lv ZURICH, Kloten . . . . . Ar	1725	⑤			2040	
1115				1545	Lv ZURICH . . . . Ar			0030			
....				0700	Ar BELGRADE, Surcin Lv			2325			
....				1705	Ar ROME, Leonardo da Vinci . Lv	1605					
....				1755	Lv ROME . . . . Ar	1515					
....	0500	0500			Ar MARSEILLE Lv			2050	2050		
....	0545	0545			Lv MARSEILLE . . . . Ar			2000	2000		
....			0620		Lv ALGIERS . . . . Ar	1755					
....			0725		Ar ALGIERS Lv	1635					
1430	0800	0800			Lv RABAT, Sale . . . . Ar			1610	1610	1535	
2025	1355	1355			Ar RABAT Lv			1510	1510	1440	
....	1435	1435			Lv DAKAR . . . . Ar			1035	1035	1005	
....	1645		1315		Ar DAKAR Lv		④	0950	0950		
....			1440		Lv BAMAKO . . . . Ar	1120			0740		
....		1620	1545		Ar BAMAKO Lv	1005					
....			1640		Lv CONAKRY . . . . Ar			0845	0820		
....				2010 2225	Ar ACCRA Lv	0900 0350					

a - Alt. ⑤ Feb. 5, 19, March 5, 19, etc.   b - Alt. ⑤ Feb. 12, 26, March 12, 26, etc.
c - Alt. ⑥ Feb. 6, 19, March 6, 19, etc.   d - Alt. ⑥ Feb. 13, 26, March 13, 27, etc.

1060 U.K.—E. AFRICA, S. RHODESIA, SOUTH AFRICA

BR-British United Airways, CE-Central African Airways, EC-East African Airways — CMT-Comet; BR-Bristol Britannia; V10-Vickers Viscount 10

BR 103 V10 Y	EC 705 CMT FY	EC 711 CMT FY	EC 717 CMT FY	EC 719 CMT FY	EC 715 CMT FY	EC 721 CMT FY	BR 101 V10 Y		EC 703 CMT FY	EC 713 CMT FY	BR 211 V10 FY	CE 893 V10 Y	Bg. 20 kg. (44 lbs.)		CE 892 V10 Y	BR 212 V10 FY	EC 704 CMT FY	EC 722 CMT FY	EC 706 CMT FY	EC 716 CMT FY	EC 720 CMT FY	EC 712 CMT FY	BR 102 V10 Y	BR 104 V10 Y
②	③	⑤	④	①	③	⑥	④		⑦	③	⑨	④		④	⑤	①	③	①	③	⑥	⑦	③	⑦
....	0950	0900	1900	1900	1900	2000	2000	2320		1900	1930	2120	1945	Lv LONDON, Gatwick . . . . Ar	0815	2030	1825	0735	1715	0735	0740	0735	0735	0830	1850	0640	....
....											2125 2210			Ar PARIS Lv			1825 1740									
....		1210		2210			2310			2210		2255		Ar ROME Lv	0700		0615		0615 0620		0615					
....		1300	⑥	2255	④		2355			2255		2340		Lv ROME Lv	0615		0530		0530 0530		0530					
....			0050		0150 0255		0340			0155				Lv BENGHAZI . . . . Ar			0415 1515 0415				0535 0415					
....			0135		0235 0340		⑦			0240				Ar BENGHAZI Lv			0330 1430 0330				0450 0330					
....			0155											Ar CAIRO Lv	1345	①									
....			0240							0400 0425				Lv CAIRO . . . . Ar	1300								D505 0420		
....														Ar KHARTOUM Lv					D045 0045		D045			⑦	
....														Lv KHARTOUM . . . . Ar					D001 0001		D001				
....	2010	0725 0820					0940					0740	⑤	Ar ENTEBBE Lv	1515				④				0125		
....	2100	0810 0920					1030					0855	⑤	Lv ENTEBBE . . . . Ar	1415										
....	2150	2200 0800	0910	1020	0900	1005	1120			0905 1015		0825		Ar NAIROBI Lv	0120	0035	0900 2300	1000	2300 2300	2300	2300	1320	0035		
....										1005 1115		0910		Lv NAIROBI . . . . Ar			0800 2200			2200			2345		
....										1115 1225				Ar DAR ES SALAAM Lv			0650 2050								
....										0950				Lv N'DOLA . . . . Ar		1105			0935						
....										1040				Lv N'DOLA . . . . Ar		1125			0850						
....										1215				Lv LUSAKA . . . . Ar		⑤			0800						
....										1305	1045			Lv LUSAKA . . . . Ar		2100 0800									
....											1130			Lv SALISBURY . . . . Ar		2015									
....											1305			Ar JOHANNESBURG Lv		1845									

Using Swahili as the medium of instruction, teach yourself the air schedules that involve cities between which you expect to travel. Students should drill and test one another. Use up-to-date timetables: the ones reproduced here are intended only as samples.

TO THE STUDENT:

The dependent /ka/ tense was introduced in Cycle 46. The other dependent tense is the /ki/ tense, which is used in a number of ways. The usage illustrated in this cycle is one which corresponds approximately to some uses of English 'if' and 'when' clauses.

TEXTS   SERIES TB

[Master this text in all of the ways described for TA-1.]

Text TB-1

kurudi	Saa tisa wanarudi dara-sani tena,	At 3:00 they return to class again,
kusomeshwa	na husomeshwa mpaka saa kumi.	and they have class until 4:00.
kuondoka	Baada ya saa kumi, wanaondoka darasani.	After 4:00, they leave the classroom.
kunywa (9) 'to drink'	Wanakunywa chai au kahawa ya saa kumi.	They drink [their] four o'clock tea or coffee.
kahawa 'coffee'		
kucheza	Halafu wanakwenda kucheza uwanjani.	Then they go to play on the [athletic] field.
uwanja (14) 'open space near a house'		
mpira (3, 4) 'football'	Wanacheza mpira,	They play football,
-ingine 'some, other'	wengine wanacheza tenis na michezo kama hiyo.	[and] others play tennis and games like those.
mchezo (3, 4) 'game'		
kuendelea 'to continue'	Wanaendelea hivyo mpaka saa kumi na mbili jioni,	They go on like that until 6 p.m.,
wakati (14, 10) 'time'	wakati ambapo wanakula chakula chao cha jioni.	the time at which they eat their evening meal.

TO THE STUDENT

The stem /ingine/ 'some, other' takes concordial prefixes that are basically like the ones used with /kubwa/ 'large'. But certain classes have /e/ as the first vowel instead of /i/. These are the classes whose prefix contains /a/: /wa/ plus /ingine/ is pronounced /wengine/, but /mi/ plus /ingine/ is /mingine/, and /m/ plus /ingine/ is /mwingine/.

The concordial element /vy/, which is ordinarily used in agreement with such nouns as /viatu/, is sometimes used with reference to no noun at all. When it is so used, it refers to manner:

        ...hivyo   ...like that, in that [manner]

The word /ambapo/ contains the very important stem /amba/, plus a suffix with one of the locative concords. Words that contain /amba/ plus a suffix are relative in meaning:

wakati <u>ambapo</u>...	the time <u>at which</u>...
michezo <u>ambayo</u> tunacheza...	games <u>that</u> we play...
uwanjani <u>ambapo</u> walicheza...	on the field <u>on which</u> they played...
chakula <u>ambacho</u> tulikula...	the food <u>that</u> we ate...

wanafunzi <u>ambao</u> wanajifunza
    Kiswahili...
	the students <u>who</u> are studying
	    Swahili...

Read aloud, filling in the blanks orally:

Saa tisa, wana ___ _____ni tena, na husom____ mpaka _____ kumi. Baada ___ saa ____, ____ondoka _____ni. Wa____nywa chai ___ kahawa _a saa ____. Halafu wa___enda _cheza _____ni. Wa____cheza mpira, _ngine wa____cheza tenis na __chezo kama h__o. Wana_____ h__o mpaka saa 12 ___, wakati amba__ wa_____la cha_____ ch__ ch__ jioni.

Ask and answer questions like the ones with Texts TA-2 and TA-3.

Use each word in a complete sentence:

kuendelea	wengine
mpira	mingine
kunywa	nyingine
kurudi	mchezo
uwanja	wakati

Text TB-2

jioni
  'evening'
	Na baada ya kula
	  chakula cha jioni
	  saa moja usiku,
		And after eating the evening
		  meal, at 7 p.m.,

jumba '(large)
  building' (5, 6)
	huenda jumba la
	  lugha.
		they go to the language
		  building.

kujifunza	Huko wanajifunza
	  lugha ya Kiswahili
	  tena.
		There, they study the Swahili
		  language again.

71

kusikiliza 'to listen'	Wanasikiliza tepu,	They listen to tapes,
kufunzwa 'to be taught'	na hufunzwa mambo mengine yanayohu-sika na lugha.	and are taught other things which relate to ('with') the language.
jambo (5), pl. mambo (6) 'matter, affair'		
kuhusika 'to be related, connected'		
kukaa	Hukaa huko mpaka saa mbili usiku.	They stay there until 8 p.m.
kurudi karata (9, 10) 'cards'	Halafu wanarudi bwenini, ambako wanachezacheza karata,	Then they return to the dorm and play around with cards,
muziki	wengine wanacheza muziki,	some play/dance to music,
kusoma	na wengine wanasoma masomo ya kujitayarisha kwa masomo ya kesho.	and others read [their] lessons for preparing themselves for the next day's lessons.
kufanya 'to make, do'	Na wanafanya hivyo mpaka saa tano au saa sita.	And they do like that until 11 or 12 p.m.
kufika wengi 'many'	Halafu ikifika saa sita, wengi wao hulala.	Then, when midnight arrives, many of them go to sleep.

TO THE STUDENT:

The reflexive prefix /ji/, already met in /jifunza/ 'to teach oneself' appears again in the same stem and also in /jitayarisha/ 'to prepare oneself'.

The causative extension /esh/ was met earlier in /somesha/ 'to teach, cause to study'. Another form of it, /ish/, appears with the root /tayari/ 'ready' in the verb stem /tayarisha/ 'to prepare, make ready.' The /esh/ form is used when the vowel of the preceding syllable is /e, o/, and /ish/ is used when the preceding vowel is /i,u,a/.

The passive extension /w/ is further illustrated in the difference between /funza/ 'to teach' and /funzwa/ 'to be taught'.

The reduplicated stem /chezacheza/ means 'to play around with, play at', as compared with /cheza/ 'to play'.

The word /yanayohusika/ 'which relate' contains a relative prefix /yo/. In this context, the word could be replaced by a relative phrase with /amba/, which would be /ambayo yanahusika/.

Compare:

wanafunzi wanaocheza...
wanafunzi ambao wanacheza..
    'students who play...'

wao waliojitayarisha
wao ambao walijitayarisha
    'they who prepared themselves...'

jambo linalohusika na lugha...
jambo ambalo linahusika na lugha...
    'a matter that is related to the language'

michezo inayochezwa huko...
michezo ambayo inachezwa huko...
    'games that are played there...'

The stem /ingi/ 'many' is most often used as an adjective:

watu wengi (2)   'many people'

mambo mengi (6)   'many matters'

nchi nyingi (10)   'many countries'

chakula kingi (7)   'much food'

michezo mingi (4)   'many games'

Notice the example of the /ki/ tense in the last line of this text.

Ask and answer questions on this text in the same way as for Texts TA-2, TA-3 and TB-1.

Text TB-3

Read these paragraphs aloud, and be sure you understand them thoroughly.

Kuanzia saa tisa mchana, wanafunzwa Kiswahili tena. Na wanafunzwa Kiswahili kwa muda wa saa moja. Halafu wanapumzika kwa dakika kumi. Baada ya mapumziko wanarudi darasani tena, ambamo wanajifunza Kiswahili mpaka saa kumi. Saa kumi kwisha, wanaondoka kwenda kunywa chai au kahawa. Wanafanya hivyo kwa muda wa dakika 30.

Baada ya kunywa chai au kahawa, wanakwenda kucheza uwanjani. Huko wanacheza
mpira na tenis, na michezo mingine kama hiyo. Wanacheza hivyo mpaka saa 12. Na
saa 12, huanza kula chakula cha jioni, ambako wanakula mpaka saa moja.

Na saa moja, wana_panda_ ma_gari_ yanayowa_peleka_ mpaka chumba cha lugha. Katika
chumba cha lugha, wanajifunza Kiswahili, wanasikiliza tepu, na mambo kama hayo
kwa muda wa saa moja u nusu. Waki_maliza_, karibu saa 2 usiku, wanarudi nyumbani,
yaani bwenini. Huko bwenini wanaanza kucheza karata au michezo mingine, au muziki.
Wengine wanasoma masomo yao, wakijitayarisha kwa mafunzo ya kesho yake, mpaka
saa sita. Na ikifika saa 6, wengi wao huanza kulala.

mapumziko (6)	'rest, relaxation'
isha	'to come to an end, finish'
panda	'to go up, board (a conveyance)'
gari (5)	'vehicle'
peleka	'to bear, carry'
maliza	'to finish'

TO THE STUDENT:

The stem /anzia/ consists of /anza/ 'to begin' plus the 'applicative' exten-
sion which here has the form /i/. It is not easy to summarize the uses of this
extension. One of its principal uses, illustrated here, is when the action of
the verb has some special reference or relationship to the word that follows. The
English translation often has a preposition, frequently 'for', but in this
instance 'from' or 'at'.

Kuanzia saa 9...   Beginning from/at 3:00...

The words /ambamo/ 'in which' and /ambako/ 'where, at which' are comparable
to /ambapo/ (Text TB-1), but belong to different locative classes.

The phrase /kesho yake/ 'the next day' is literally 'its tomorrow'.

One very common relationship between nouns and verbs is illustrated in:

soma	'to study	somo	'lesson' (5)
		masomo	'studies' (6)
funza	'to teach'	mafunzo	'lessons, studies' (6)
pumzika	'to rest'	mapumziko	'rest, rest period' (6)

Notice also, with prefix /mi/ instead of /ma/:

cheza   'to play'   mchezo   'game' (3)

                       michezo   'games' (4)

The word /kwisha/ is the infinitive of the verb /isha/ 'to come to an end,
to finish'. Here, it is used in the sense of 'when _____is past'.

The word /yanayowapeleka/ is built on the stem /peleka/ 'to bear, carry'.
Three of the prefixes are already familiar. They are the subject prefix /ya/ in
agreement with the noun /magari/, the tense prefix /na/, and the relative prefix
/yo/ (Text TB-2). The unfamiliar prefix is /wa/. It is an 'object prefix', and
represents the person, number, and class of the object of the verb, which in this
case is the students. Compare also:

linampeleka   'it carries him'

linawapeleka   'it carries them (personal)'

linakipeleka   'it carries it' (e.g. /chakula/ 'food')

wanaucheza   'they play it' (e.g. /mpira/ 'football')

wanaicheza   'they play them' (e.g. /michezo/ 'games')

Read aloud, filling in the blanks orally:

Kua____ saa 9 mchana, __nafunzwa __swahili tena. Na __nafu____ __swahili

__a muda _a saa moja. Halafu __napumzika __a dakika _kumi. Baada _a __pumzik_

wanarudi darasa__ tena, amba__ wa____funza __swahili mpaka saa __kumi. Saa kumi

__isha, wanaondoka ___enda ___nywa chai __ kahawa. __nafanya h___o __a muda _a

dakika 30.

Uwanja__ wanacheza mpira na tenis, na michez_ __ngine kama h___o. Wanacheza

h___o mpaka saa 12.

Saa moja, __napanda magari _na_ _peleka mpaka chumba __a lugha. Wanasikiliza

tepu, na mambo k___ h___o __a muda __a saa moja__ nusu. Wa__maliza, wanarudi

nyumba__, _____ bweni__. ___ngine __nasoma masomo __ao, wa___tayari__ __a mafunzo

__a kesho _ake. _kifika saa 6, __ngi _ao huanza __lala.

Use each word in a complete sentence:

wakimaliza	gari
nikimaliza	kuanzia
tutawapeleka	ambamo
watatupeleka	au
lilinipeleka	mingi (4)
tutasikiliza	mingine (4)
nilisoma	wengi (2)
	wengine (2)

Give a complete description of your own daily schedule. Ask your instructor for any specific vocabulary items that you need to describe activities that are not included in the texts of Series A and B.

Give an account of a morning's or an afternoon's activities, using the dependent /ka/ tense (Cycle 46).

CYCLE 53

M-1

hapa	Kutoka hapa mpaka New York ni dola kumi.	here	From New York to here is ten dollars.
Philadelphia	Kutoka New York mpaka Philadelphia ni dola tano.	Philadelphia	From New York to Philadelphia is five dollars.
Cincinnati	Kutoka New York mpaka Cincinnati ni dola ishirini na tano.	Cincinnati	From New York to Cincinnati is twenty five dollars.
Los Angeles	Kutoka New York hadi Los Angeles ni dola mia moja.	Los Angeles	From New York to Los Angeles is one hundred dollars.

M-2

hapa	Nauli gani kutoka hapa mpaka New York?	here	How much is the fare from New York to here?
Philadelphia	Nauli gani kutoka New York mpaka Philadelphia?	Philadelphia	How much is the fare from New York to Philadelphia?
Cincinnati	Nauli gani kutoka New York mpaka Cincinnati?	Cincinnati	How much is the fare from New York to Cincinnati?
Los Angeles	Nauli gani kutoka New York mpaka Los Angeles?	Los Angeles	How much is the fare from New York to Los Angeles?

C-1

Nauli gani kutoka hapa mpaka
 (Buffalo)_____?
 (nyumbani kwa mwana chuo)

How much is the fare from here to
 _____(Buffalo)_____?
 (Student's home town)

Kutoka hapa mpaka (Buffalo) ni
 (dola ishirini).

From here to (Buffalo) is (twenty
 dollars).

C-2

Nauli gani kutoka hapa mpaka
 (Buffalo)?

How much is the fare from here to
 (Buffalo)?

Kwa motokaa ya abiria, kwa gari
 la moshi, au kwa ndege?

By bus, by train, or by plane?

Kwa (motokaa ya abiria).

By (bus).

Kutoka hapa mpaka (Buffalo) kwa
 (motokaa ya abiria) ni nauli
 ya (dola ishirini).

The fare from here to (Buffalo) by
 (bus) is (twenty dollars).

77

CYCLE 54

M-1

New York	Umbali gani kutoka hapa mpaka New York?	New York	How far is it from here to New York?
Buffalo	Umbali gani kutoka hapa mpaka Buffalo?	Buffalo	How far is it from here to Buffalo?
Nairobi	Umbali gani kutoka hapa mpaka Nairobi?	Nairobi	How far is it from here to Nairobi?
Leopoldville	Umbali gani kutoka hapa mpaka Leopoldville?	Leopoldville	How far is it from here to Leopoldville?

M-2

New York	Ni maili _____ kutoka hapa mpaka New York.	New York	It is _____ miles from here to New York.
Buffalo	Ni maili _____ kutoka hapa mpaka Buffalo.	Buffalo	It is _____ miles from here to Buffalo.
Nairobi	Ni maili _____ kutoka hapa mpaka Nairobi.	Nairobi	It is _____ miles from here to Nairobi.
Leopoldville	Ni maili _____ kutoka hapa mpaka Leopoldville.	Leopoldville	It is _____ miles from here to Leopoldville.

C-1

Umbali gani kutoka hapa mpaka
_____?
(mahali)

How far is it from here to _____?
(place)

Ni umbali wa maili _____
kutoka hapa mpaka _____.
(mahali)

It is _____ from here to _____.
(place)

umbali (14)   'distance'

maili (9, 10)   'mile'

78

CYCLE 55

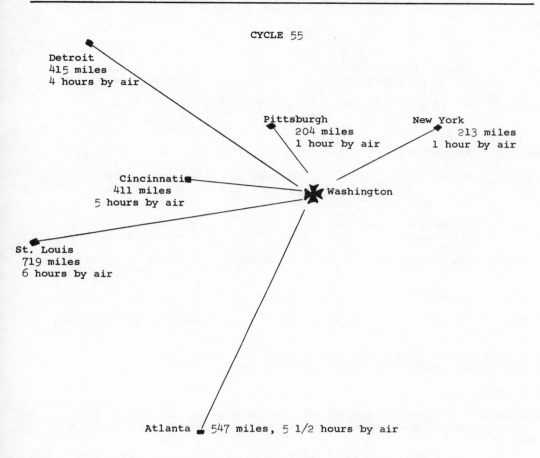

Detroit
415 miles
4 hours by air

Pittsburgh
   204 miles
   1 hour by air

New York
      213 miles
      1 hour by air

Cincinnati
411 miles
5 hours by air

Washington

St. Louis
719 miles
6 hours by air

Atlanta   547 miles, 5 1/2 hours by air

Prepare a similar diagram which has as its center the city
where you are now studying.

CYCLE 56

M-1

masomo	Hatujamaliza masomo yetu ya asubuhi.	studies	We haven't finished our morning lessons [yet].
kula	Saa ya kula haijafika.	eating	The time to eat ('of eating') hasn't come [yet].
kuchoka	Hatujachoka.	to get tired	We aren't tired [yet].
njaa (9)	Hatuna njaa.	hunger	We aren't hungry. ('We don't have hunger.')

M-2

kumaliza	Tumemaliza masomo yetu ya asubuhi?	to finish	Have we finished our morning study [yet]?
kufika	Saa ya kula imefika?	to arrive	('Has the time to eat arrived?')
kuchoka	Mmechoka?	to get tired	Are you (pl.) tired?
njaa	Mna njaa?	hunger	Are you (pl.) hungry?

C-1

Ask the questions in M-2 from time to time, and give the answer that is appropriate at the moment when the question is asked.

TO THE STUDENT:

This cycle introduces the affirmative /me/ tense in one of its principal uses, and also introduces the negative tense that corresponds to this use of the /me/ tense.

As it is used here the /me/ tense is used of events which are past, but in some way especially relevant to the present situation. Thus, it frequently but not always has an English translation in the 'present perfect' tense: 'we have finished', 'the hour has come', etc. Even the verb /tumechoka/ 'we are tired' may be thought of as also meaning 'we have become tired'.

Because the /me/ tense, if it is to be used realistically and authentically, depends on the situation at the moment when it is used, we have not been able to set up an ordinary C-phase for this cycle. Questions can be used in real communication only by asking them individually whenever they seem to be appropriate.

The expression /kuwa na njaa/ 'to be hungry' has no grammatical relationship to the /me/ tense, but its meaning makes it fit in with the other sentences in this cycle.

TEXTS, SERIES TC

This series of texts describes the weather in certain areas at various times of year.

Texts TC-1

mji 'city'	Mji wa Bungoma uko kati ya Tororo na Nakuru.	The city of Bungoma is be- tween Tororo and Nakuru.
kati 'between'		
kaskazini	Uko kaskazini ya Kisumu.	It is north of Kisumu.
mvua (9) 'rain'	Katika Bungoma, mvua huanza kunyesha katika mwezi wa Machi.	In Bungoma, the rain begins to rain in the month of March.
kunyesha 'to rain'		
mwezi (3, 4) 'month'		
kuendelea	Huendelea mpaka mwezi wa Juni.	It continues until the month of June.
hakuna	Na kati ya Juni na Septemba, hakuna mvua.	And between June and Septem- ber there is no rain.
joto (5) 'heat'	Joto huwa jingi sana.	The heat is very great.
sana 'very'		
huanza	Mvua huanza kunyesha tena mwezi wa Septemba.	The rain begins to fall again [in] the month of September.
wakati (14, 10)	Wakati huu, inanyesha mpaka mwezi wa Oktoba.	[At] this time, it rains until the month of October.

TO THE STUDENT:

The word /huwa/ is of course simply the /hu/ tense of the verb /wa/ 'to be, become'.

The word /jingi/ would be translated literally as 'much'.

Read aloud, filling in the blanks orally:

Mji _a Bungoma __ko kati _a Tororo _____ Nakuru. __ko kaskazini _a Kisumu. Katika B_____, mvua __anza _nyesha katika mw__ _a Machi. __endelea mpaka _ezi _a Juni. Na kati _a Juni _a Septemba, _____ mvua. Joto _wa _ngi sana. Mvua __anza _nyesha ___ mwezi __a Septemba. Wakati h___, __nanyesha mpaka mwezi __ Oktoba.

Questions:

1. Mji wa Bungoma uko wapi?
2. Mvua huanza kunyesha katika mwezi gani?
3. Kuna mvua mwezi wa Aprili?
4. Mvua inanyesha mwezi wa Mei?
5. Mvua huendelea mpaka mwezi gani?
6. Mvua inanyesha katika mwezi wa Agosti?
7. Kuna joto jingi katika mwezi wa Julai?
8. Mvua huanza kunyesha tena katika mwezi gani?
9. Wakati huu, mvua inanyesha kwa muda gani?
10. Joto huwa jingi katika mwezi wa Oktoba?

Read aloud from the left-hand column. Answers are in the second column:

joto __ngi	joto jingi	much heat
mvua __ngi	mvua nyingi	much rain
miji __ngi	miji mingi	many cities
miezi __ngi	miezi mingi	many months
chai __ngi	chai nyingi	much tea
kahawa __ngi	kahawa nyingi	much coffee
mipira __ngi	mipira mingi	many footballs
siku __ngi	siku nyingi	many days
majumba __ngi	majumba mengi	many buildings
lugha __ngi	lugha nyingi	many languages
chakula __ngi	chakula kingi	much food

Mji h__ _ko kaskazini ya hapa.	Mji huo uko kaskazini ya hapa.	That city is north of here.
Miji h__o _ko kaskazini ya hapa	Miji hiyo iko kaskazini ya hapa.	Those cities are north of here.
Jumba h__o __ko kaskazini ya hapa.	Jumba hilo liko kaskazini ya hapa.	That building is north of here.
Majumba h__o __ko kaskazini ya hapa.	Majumba hayo yako kaskazini ya hapa.	Those buildings are north of here.
Gari h__o __ko kaskazini ya hapa.	Gari hilo liko kaskazini ya hapa.	That bus is north of here.
Magari h__o __ko kaskazini ya hapa.	Magari hayo yako kaskazini ya hapa.	Those buses are north of here.
Nyumba h__o _ko kaskazini ya hapa.	Nyumba hiyo iko kaskazini ya hapa.	That house is north of here.
Nyumba h__o __ko kaskazini ya hapa.	Nyumba hizo ziko kaskazini ya hapa.	Those houses are north of here.

Text TC-2

joto	Kuanzia mwezi wa Novemba, joto huanza kuwa kali.	Beginning with the month of November, the heat begins to be fierce.
kali 'fierce'		
hali (9) 'condition'	Hali ya hewa huwa mbaya sana.	The weather ('condition of the atmosphere') is very bad.
hewa 'air, (9) atmosphere'		
baya 'bad'		
kuendelea	Na hali hii ya hewa huendelea mpaka mwezi wa Desemba.	And this weather continues until the month of December.
mavumbi (6) 'dust'	Kuna mavumbi, na upepo unavuma sana.	There is dust, and the wind blows a lot.
upepo (14) 'wind'		
kuvuma 'to blow'		
wingu (5,6) 'clouds'	Hakuna mawingu hewani.	There are no clouds in the sky.

Read the first sentence aloud. Then read the second sentence aloud up to the dots. Try to give the rest of the second sentence before you look at it.

Joto huanza kuwa kali katika mwezi wa Novemba.

Mwezi wa Novemba ni wakati...

{ ...ambapo joto huanza kuwa kali.
{ ...joto linapoanza kuwa kali.

Wakati huu, kuna mavumbi.

Huu ni wakati...

{ ...ambapo kuna mavumbi.
{ ... kunapokuwa na mavumbi.

Mji wa Bungoma uko kaskazini ya Kisumu.

Bungoma ni mji...

{ ...ambao uko kaskazini ya Kisumu.
{ ...ulioko kaskazini ya Kisumu.

WanaPeace Corps wanacheza mpira na tenis.

Tenis na mpira ni michezo...

{ ...ambayo wanaPeace Corps wanacheza.
{ ...wanayocheza wanaPeace Corps.

Tunajifunza lugha ya Kiswahili.

Kiswahili ni lugha...

{ ...ambayo tunajifunza.
{ ...tunayojifunza.

Tutapanda gari hili.

Hili ni gari...

{ ...ambalo tutapanda.
{ ...tutakalopanda.

Mtapanda magari haya.

Haya ni magari...

{ ...ambayo mtapanda.
{ ...mtakayopanda.

83

Tutasikiliza tepu hizi.
Hizi ni tepu...
{ ...ambazo tutasikiliza.
  ...tutakazosikiliza.

Tunakaa katika bweni hii.
Hii ni bweni...
{ ...ambamo tunakaa.
  ...tunamokaa.

Tutasoma somo hili.
Hili ni somo...
{ ...ambalo tutasoma.
  ...tutakalosoma.

Tutasoma masomo haya.
Haya ni masomo...
{ ...ambayo tutasoma.
  ...tutakayosoma.

Mwanafunzi huyu alijitayarisha kwa masomo haya.
Huyu ni mwanafunzi...
{ ...ambaye alijitayarisha...
  ...aliyejitayarisha...

Read the first line of each pair. Try to give the second line before you look at it.

'Is it going to rain?'
'If it rains, what will we do?'

Mvua itanyesha?
Mvua ikinyesha, tutafanya nini?

Upepo utavuma?
Upepo ukivuma, tutafanya nini?

Kutakuwa na mavumbi mengi?
Kukiwa na mavumbi mengi, tutafanya nini?

Joto litakuwa kali?
Joto likiwa kali, tutafanya nini?

Hali ya hewa itakuwa mbaya?
Hali ya hewa ikiwa mbaya, tutafanya nini?

Read aloud, filling in the blanks.

Joto litakuwa jingi.
Mvua itakuwa nyingi.
Mawingu yatakuwa mengi.
Mavumbi yatakuwa mengi.

Joto __takuwa __ngi.
Mvua _itakuwa ___ngi.
Mawingu __takuwa __ngi.
Mavumbi __takuwa __ngi.

Questions:

1. Joto huanza lini kuwa kali huko Bungoma?
2.
3.
4.
5.

[Students should supply the rest of the questions themselves.]

Text TC-3

mvua	Katika mwezi wa Septemba, mvua hunyesha sana.	In the month of September, it rains hard.
mawingu	Kuna mawingu mengi,	There are many clouds,
unyevunyevu (14)	na hewa huwa yenye unyevunyevu sana.	and the air is very humid. ('is having humidity very much')
joto	Joto lafika mpaka digrii 80.	The heat gets [up] to 80 degrees.

TO THE STUDENT:

The word /yenye/ 'having' consists of the stem /enye/ and the prefix /y/, which agrees with /hewa/ 'air, atmosphere'. Compare also:

mtu mwenye gari	'a person with/having a car'
mwenyekiti	'chairman' ('he who has the chair')
nchi yenye mvua nyingi	'a country with/having a lot of rain'
jumba lenye vyumba vingi	'a building with/having many rooms'

Fill in the blanks orally:

mji _enye majumba __ngi	mji wenye majumba mengi	a city with many buildings
miji _enye majumba __ngi	miji yenye majumba mengi	cities with many buildings
miji _enye unyevunyevu ___ngi	miji yenye unyevunyevu mwingi	cities with a lot of humidity
nchi _enye unyevunyevu __ngi	nchi yenye unyevunyevu mwingi	a country with a lot of humidity
nchi _enye joto __ngi	nchi yenye joto jingi	a country with a lot of heat
mji _enye joto __ngi	mji wenye joto jingi	a city with a lot of heat
mji _enye mvua ___ngi	mji wenye mvua nyingi	a city with a lot of rain

85

CYCLE 57

M-1

senema (9)	Unataka kwenda senema?	movies	Do you want to go to the movies?
mji	Unataka kwenda mjini?	town	Do you want to go to town?
_____ (jina la jumba)	Unataka kwenda _____?	_____ (name of building)	Do you want to go to _____? (name of building)
chumba cha kulia	Unataka kwenda chumbani mwa kulia?	dining hall	Do you want to go to the dining hall?

M-2

la	La, sitaki kwenda senema sasa.	no	No, I don't want to go to the movies now.
hebu	Ndiyo, hebu twende.	to like	Yes, let's go.
zetu	Ndiyo, twende zetu!	ours	Yes, let's go!

C-1

Unataka kwenda _____?

  Ndiyo, twende zetu.

      au

  La, sipendi kwenda _____ sasa.

Do you want to go _____?

  Yes, let's go.

      or

  No, I don't want to go to _____ now.

CYCLE 58

M-1

duka	Nitakwenda dukani adhuhuri.	store	I'm going to go to the store at noon.
darasa	Nitakwenda darasani saa saba mchana.	class	I'm going to go to class at 1:00.
mji	Nitakwenda mjini saa kumi jioni.	town	I'm going to go to town at 4:00.
senema	Nitakwenda senema saa mbili usiku.	movies	I'm going to go to the movies at 8:00 p.m.

M-2

saa ngapi? Utakwenda mjini saa ngapi? (Saa ngapi utakwenda mjini?)	what time? What time are you going to go to town?

M-3

pamoja Hebu twende mjini pamoja.	together Let's go to town together.

C-1

A: Unataka kwenda (mjini)?

A: Do you want to go to (town)?

B: Utakwenda (mjini) saa ngapi?

B: What time are you going to go to (town)?

A: Nitakwenda saa (saa mbili).

A: I'm going at (eight o'clock).

B: Vema. Hebu twende pamoja.

B: All right. Let's go together.

| Review daily action chain in relation to plans for tomorrow. |

C-2

A: Utaamka saa ngapi kesho?

A: What time are you going to get up tomorrow?

B: Nitaamka saa (moja).

B: I'm going to get up at (seven) o'clock.

A: Utakula chakula cha asubuhi saa ngapi kesho?

A: What time are you going to eat breakfast tomorrow?

B: Nitakula chakula cha asubuhi saa (mbili).

B: I'm going to eat breakfast at eight (o'clock).

CYCLE 59

M-1

kwenda	Utakwenda wapi leo jioni?	to go	Where are you going to go this evening?
kufanya	Utafanya nini leo jioni?	to do	What are you going to do this evening?
kutaka	Unataka kufanya nini leo jioni?	to want	What do you want to do this evening?

87

M-2

kwenda	Siendi popote leo jioni.	to go	I'm not going to go anywhere this evening.
kufanya	Sitafanya jambo lolote leo jioni.	to do	I'm not going to do anything this evening.
kutaka	Sitaki kwenda popote leo jioni.	to want	I don't want to go anywhere this evening.
kujua	Sijui.	to know	I don't know.
{ kudhani { kufikiri	Sidhani. } Sifikiri. }	to think	I don't think so.

C-1

A: Utafanya nini leo jioni?

A: What are you going to do this evening?

B: Sijui. Unataka kwenda (senema)?

B: I don't know. Do you want to go to (the movies)?

A: Sidhani. Twende (mjini).

A: I don't think so. **Let's** go to (town).

B: Vema. Tutakwenda (mjini).

B: All right. We'll go to (town).

C-2

A: Twende (senema) leo jioni.

A: Let's go to (the movies) this evening.

B: Vema. Tutakwenda saa ngapi?

B: All right. What time shall we go?

A: Twende saa (kumi na mbili jioni).

A: Let's go at (six p.m.).

B: La. Sitaki kwenda saa (kumi na mbili).

B: No, I don't want to go at (six) o'clock.

Twende saa (moja usiku).

Let's go at (seven p.m.).

A: Vema. Tutakwenda (senema) saa (moja).

A: All right. We'll go to (the movies) at (seven).

The next time you plan to go off the campus with one or more fellow students, make the arrangements in Swahili.

You should also describe your own planned activities for the following day (days) and tell the time of day at which you plan to do them.

TO THE STUDENT:

/leo/ 'today' plus /jioni/ 'evening' is translated as 'this evening' just as /mwezi/ 'month' plus /kesho/ 'tomorrow' is translated as 'next month' (Cycle 51).

The stem /-o-ote/ means 'any at all'. When it has the locative prefix /p/, it is translated as 'anywhere'. When it follows a noun, it takes the concordial prefixes required by that noun.

88

CYCLE 60

M-1

| saa | Tunakaa darasani kwa muda wa saa tatu kila asubuhi. | hours | We stay in class for a period of three hours every morning. |

| miezi | Tutakaa hapa kwa muda wa miezi mitatu. | months | We're going to stay here for a period of three months. |

| miaka | Tutakaa katika Afrika ya Mashariki kwa muda wa miaka miwili. | years | We're going to stay in East Africa for a period of two years. |

M-2

| kujifunza | Nilijifunza kilimo kwa muda wa miaka minne. | to study | I studied agriculture for a period of four years. |

| kuishi | Niliishi Florida kwa muda wa miaka mitano. | to live | I lived in Florida for a period of five years. |

| kuhudhuria | Nilihudhuria Chuo cha Walimu cha Dudley J. Trudge kwa muda wa miaka sita. | to attend | I attended Dudley J. Trudge College for Teachers for a period of six years. |

| kubaki | Nilibaki mjini New York kwa muda wa siku sita. | to remain | I remained in New York City for a period of six days. |

C-1

A: Unakaa darasani kwa muda gani kila asubuhi?

A: How long do you stay in class every morning?

B: Tunakaa darasani kwa muda wa saa _____.

B: We stay in class for a period of _____ hours.

C-2

A: Je, unakwenda (Malawi)?

A: Are you going to (Malawi)?

B: La, siendi (Malawi).

B: No, I'm not going to (Malawi).

Ninakwenda (Kenya).

I'm going to go to (Kenya).

A: Unakwenda (Tanzania), sivyo?

A: You're going to go to (Tanzania), are you?

Utakaa kwa muda gani (Tanzania)?

How long are you going to stay in (Tanzania)?

C: Nitakaa (Tanzania) kwa muda wa (miaka miwili).

C: I'm going to stay in (Tanzania) for a period of (two years).

C-3

A: Unafanya kazi gani?

A: What kind of work do you do?

B: Mimi ni (mwuguzi).

B: I'm a (nurse).

A: Ulijifunza wapi (kuuguza)?

A: Where did you learn (nursing)?

89

B: Nilijifunza (kuuguza) katika
    (Chuo cha Dudley J. Trudge).

B: I learned (nursing) at (Dudley
    J. Trudge College).

A: Ulikaa (Chuo cha Dudley J.
    Trudge) kwa muda gani?

A: How long did you spend at (Dudley
    J. Trudge College)?

B: Nilikaa (Chuo cha Dudley J.
    Trudge) kwa muda wa (miaka
    minne).

B: I stayed at (Dudley J. Trudge
    College) for a period of (four
    years).

C-4

A: Ulihudhuria chuo gani?

A: What college did you attend?

B: Nilihudhuria chuo cha
    _____.

B: I attended _____.

A: Ulihudhuria chuo cha
    _____ kwa muda gani?

A: How long did you attend
    _____?

B: Nilihudhuria chuo cha
    _____ kwa muda wa
    _____.

B: I attended _____ for a
    period of _____.

C-5

A: Watoka jimbo gani?

A: What state are you from?

B: Natoka jimbo la
    (Massachusetts).

B: I'm from (Massachusetts).

A: Uliishi(katika)jimbo la
    (Massachusetts) kwa muda
    gani?

A: How long did you live in
    (Massachusetts)?

B: Niliishi (Massachusetts) kwa
    muda wa _____.

B: I lived in (Massachusetts) for a
    period of _____.

TO THE STUDENT:

/kila/ 'each, every' is one of the few Swahili adjectives which precedes
the noun.

/kilimo/ 'agriculture' is, of course, related to the verb /kulima/ 'to
hoe, to work the land'. This is another example of verbs and nouns sharing the
same root.

CYCLE 61

M-1

viazi	Kuna viazi.	potatoes	There are potatoes.
nyama (9)	Kuna nyama.	meat	There is meat.
mboga (9,10)	Kuna mboga.	vegetables	There are vegetables.
wali (14)	Kuna wali.	rice	There is rice.
mkate (3,4)	Kuna mkate.	bread	There is bread.
siagi (9)	Kuna siagi.	butter	There is butter.
matunda (6)	Kuna matunda.	fruit	There is fruit.

M-2

chakula (7,8)	Kuna chakula gani leo?	food	What kind of food is there today?

C-1

A: Kuna chakula gani leo?   A: What kind of food is there today?

B: Kuna (nyama).   B: There is (meat).

C-2

A: Kuna chakula gani leo?   A: What kind of food is there today?

B: Kuna (nyama) na (wali).   B: There is (meat) and (rice).

> Arrange for one person in each class to be informed of the menu for the next meal. He can then announce that information at the end of the class session. Continue this practice for a week.

CYCLE 62

M-1

nyama	Nilikula nyama jana usiku.	meat	I ate meat last night.
mboga	Nilikula mboga jana usiku.	vegetables	I ate vegetables last night.
supu (9)	Nilikula supu jana usiku.	soup	I ate soup last night.

M-2

    chakula   Ulikula chakula gani   food What kind of food did you have
              jana usiku?   (eat) last night?

M-3

    kahawa Nilikunywa kahawa.   coffee I drank coffee.
     (9)
    maziwa Nilikunywa maziwa.   milk   I drank milk.
     (6)
    maji   Nilikunywa maji.   water I drank water.
     (6)
    pombe   Nilikunywa pombe.   beer   I drank beer.
     (9)
    chai   Nilikunywa chai.   tea   I drank tea.
     (9)

M-4

    kunywa Ulikunywa nini jana   to drink What did you drink last
           usiku?   night?

C-1

    A: Ulikula nini kwa chakula cha   A: What did you have (eat) for
        jioni jana usiku?   supper last night?

    B: Nilikula (nyama), (mboga),   B: I ate (meat), (vegetables), and
        na (viazi).   and (potatoes).

    A: Ulikunywa nini?   A: And what did you drink?

    B: Nilikunywa (kahawa).   B: I drank (coffee).

C-2

    A: Ulikunywa (kahawa) jana   A: Did you drink (coffee) last night?
        usiku?

    B: Ndiyo, nilikunywa (kahawa).   B: Yes, I drank (coffee).

        La, sikunywa (kahawa).   No, I didn't drink (coffee).

        Nilikunywa (chai).   I drank (tea).

CYCLE 63

M-1

ng'ombe	Kulikuwa na nyama ya ng'ombe jana usiku.	cow	There was beef last night.
nguruwe	Kulikuwa na nyama ya nguruwe jana usiku.	pig	There was pork last night.
kuku	Kulikuwa na kuku jana usiku.	chicken	There was chicken last night.
mbuzi	Kulikuwa na nyama ya mbuzi jana usiku.	goat	There was goat meat last night.

M-2

| nyama | Kulikuwa na nyama gani? | meat | What kind of meat was there? |

M-3

ndizi (9,10)	Kulikuwa na ndizi leo asubuhi.	banana	There were bananas this morning.
papai (5, 6)	Kulikuwa na mapapai leo asubuhi.	papaya	There were papayas this morning.
chungwa (5, 6)	Kulikuwa na machungwa leo asubuhi.	orange	There were oranges this morning.
embe (5, 6)	Kulikuwa na maembe leo asubuhi.	mango	There were mangoes this morning.
nanasi (5, 6)	Kulikuwa na mananasi leo asubuhi.	pineapple	There were pineapples this morning.

M-4

| tunda (5, 6) | Kulikuwa na matunda gani? | fruit | What kind of fruit was there? |

C-1

A: Ulikula nyama gani jana usiku (jioni)?

A: What kind of meat did you eat last night?

B: Nilikula (   ).

B: I ate (   ).

A: Ulikula matunda gani?

A: What kind of fruit did you eat?

B: Nilikula (   ).

B: I ate (   ).

Sikula matunda jana usiku (jioni).

I didn't eat fruit last night.

93

C-2

A: Kulikuwako matunda gani asubuhi leo?

A: What kind of fruit was there this morning?

B: Kulikuwako (ndizi) na (machungwa).

B: There were (bananas) and (oranges).

A: Ulikula matunda gani?

A: What kind did you eat?

B: Nilikula (ndizi).

B: I ate (bananas).

A: (Fulani), (Bw. Kanyati) alikula matunda gani leo asubuhi?

A: (So-and-So), what kind of fruit did (Mr. Kanyati) eat this morning?

B: (Bw. Kanyati) alikula (mapapai) leo asubuhi.

B: (Mr. Kanyatii) ate (papayas) this morning.

C-3

A: Ulikula nyama gani jana jioni?

A: What kind of meat did you eat last night?

B: Nilikula nyama ya (ng'ombe).

B: I ate (beef).

A: (Fulani), (Bw. Kanyati alikula nyama ya (kuku) jana jioni?

A: (So-and-So), did (Mr. Kanyati) eat (chicken) last night?

B: La, (Bw. Kanyati) hakula nyama ya (kuku).

B: No, (Mr. Kanyati) didn't eat (chicken).

A: Alikula nyama ya (ng'ombe).

A: He/she ate (beef).

CYCLE 64

Students should be able to construct for themselves the question 'What kinds of vegetables are there?' In this way, they should learn the Swahili words for all kinds of vegetables that they have eaten within the past 48 hours.

Students should also make a list of other foods (e.g. eggs) and ask the instructor to give them the Swahili words for these foods.

C-1

A: Ulikula nini kwa (chakula cha asubuhi), (mchana), (jioni)?

A: What did you eat for (breakfast), (lunch), (supper)?

B: Nilikula (   ) na (   ).

B: I ate (   ) and (   ).[Give complete list.]

Nilikunywa (   ).

I drank (   ).

CYCLE 65

M-1

machungwa	Machungwa yalikuwa mazuri sana.	oranges	The oranges were very good.
ndizi	Ndizi zilikuwa nzuri sana.	bananas	The bananas were very good.
nyama	Nyama ilikuwa nzuri sana.	meat	The meat was very good.
mapapai	Mapapai yalikuwa mazuri sana.	papayas	The papayas were very good.
wali	Wali ulikuwa mzuri sana.	rice	The rice was very good.
viazi	Viazi vilikuwa vizuri sana.	potatoes	The potatoes were very good.
mkate	Mkate ulikuwa mzuri sana.	bread	The bread was very good.
kahawa	Kahawa ilikuwa nzuri sana.	coffee	The coffee was very good.
maziwa	Maziwa yalikuwa mazuri sana.	milk	The milk was very good.

M-2

machungwa	Machungwa yalikuwa mazuri?	oranges	Were the oranges good?
ndizi	Ndizi zilikuwa nzuri?	bananas	Were the bananas good?
nyama	Nyama ilikuwa nzuri?	meat	Was the meat good?
maembe	Maembe yalikuwa mazuri?	mangoes	Were the mangoes good?
chai	Chai ilikuwa nzuri?	tea	Was the tea good?
viazi	Viazi vilikuwa vizuri?	potatoes	Were the potatoes good?
mkate	Mkate ulikuwa mzuri?	bread	Was the bread good?

C-1

A: Ulikula nini jana usiku?   A: What did you eat last night?

B: Nilikula (nyama) na (wali).   B: I ate (meat) and (rice).

A: (Nyama) (i)likuwa (n)zuri?   A: Was the (meat) good?

B: Ndiyo, (nyama) (i)likuwa (n)zuri sana.   B: Yes, the (meat) was very good.

A: Na (wali) je?   A: And what about the (rice)?

B: (Wali) pia (u)likuwa (m)zuri.   B: The (rice) was good also.

C-2

A:	Ulikunywa nini kwa chakula cha asubuhi leo?	A:	What did you drink for breakfast this morning?
B:	Nilikunywa (chai).	B:	I drank (tea).
A:	(I)likuwa (n)zuri?	A:	Was it good?
B:	Ndiyo, (I)likuwa (n)zuri sana.	B:	Yes, it was very good.

66 SR

> Students should learn to ask and answer the question, 'Was the (food or drink) good?' for all the kinds of food or drink for which they know the names. Make a list of the nouns, followed by the form of the verb ('was') and the adjective that belongs with it.

Machungwa   yalikuwa   mazuri?   The oranges   were   good?

_____   _____   _____   _____   ____   ____

_____   _____   _____   _____   ____   ____

_____   _____   _____   _____   ____   ____

_____   _____   _____   _____   ____   ____

_____   _____   _____   _____   ____   ____

_____   _____   _____   _____   ____   ____

_____   _____   _____   _____   ____   ____

_____   _____   _____   _____   ____   ____

_____   _____   _____   _____   ____   ____

TEXTS SERIES TD

The Weather

Text TD-1

Hali ya hewa mjini Dar-es-Salaam katika mwezi wa Septemba si nzuri sana.

The weather in the city of Dar in the month of September is not very good.

Kuna joto kali sana na pia hewa ina unyevunyevu mwingi.

There is very much heat and also the air has much humidity.

Wakati huu ni wakati ambapo mji huwa na joto jingi kuliko wakati mwingine, na mvua huweza kuja wakati wowote.

This period is the time when the city becomes hotter than at any other period, and it may rain any time.

Na mara nyingi ukiamka asubuhi, huwezi kujua kama itanyesha au sivyo.

And on many occasions when you wake up in the morning you cannot be sure if it will rain or not.

hali (9)	condition
hewa (9)	air
hali ya hewa	weather
joto (5)	heat
kali (adj.)	fierce, sharp, cutting
mara (9, 10)	occasion
au sivyo	or not

Text TD-2

Mwezi wa Novemba joto linaanza kupungua, kwani mvua inaanza kuja.

In November the heat begins to decrease, because it begins to rain.

Na hivyo ingawa kuna unyevunyevu, hali ya hewa si joto sana.

And therefore even though there is humidity, the weather is not very hot.

Na wakati huu, matunda yanaanza kuonekana kwa wingi mjini, kwa sababu ya mvua inawezesha mimea izidi kuchipua zaidi.

And at this time fruit is seen in quantity in the city, because the rain enables the plants to sprout more [blossoms].

kupungua	to decrease
kwani	because
hivyo	in that manner, thus
ingawa	even though
matunda (6)	fruit (pl.)
kuonekana	to appear
kwa wingi	in quantity
kuwezesha	to enable
mimea (4)	plants

97

kuzidi	to increase
kuchipua	to sprout

Text TD-3

Mwezi wa Januari, ni bado una joto, lakini mvua inakuwa imelipunguza joto.	There is still heat in January, but the rain has reduced it.
Mvua huendelea kunyesha tu mpaka mwezi wote uishe.	It continues to rain until the month ends.
Na wakati huu matunda yanakuwa ni mengi sana mjini.	At this time, there is a lot of fruit in the city.
Lakini huwa ni bado sana mpaka wakati wa baridi.	But fruit continues to be available until the cold weather.
Na watu wa Dar wanakuwa bado wako katika taabu ya jasho.	And the people of Dar are still troubled by heat.

bado	still, yet
kupunguza	to cause to decrease
kuisha	to finish
baridi (9)	cold
taabu (9)	trouble
jasho (9)	heat

Text TD-4

Mvua mara nyingi inafika asubuhi sana katika mwezi wa Januari.	It often rains early in the morning in the month of January.
Mvua inafika mchana katika mwezi wa Machi.	It rains during the day in the month of March.
Hali ya hewa inaanza kuwa nzuri.	The weather starts to be good.
Mvua inapungua na kunakuwa na baridibaridi.	The [amount of] rain decreases and it becomes cool.
Lakini wakati wa baridi unakuwa haujafika bado.	But the cold weather has not yet arrived.
Na wakati huu, miti inaanza kuotesha majani, na kujitaya-risha na ukame wa nchi unaofuata baadaye.	At this period, the trees begin to grow leaves, and to ready themselves for the drought in the country that follows.
Na matunda hupotea mjini.	And the fruit disappears from the city.

mchana (3)	day time
baridibaridi	cool
mti (3, 4)	tree

kuotesha	to cause to grow
jani (5, 6)	leaf
kutayarisha	to make ready
ukame (14)	drought
baadaye	later
kupotea	to disappear, get lost

Text TD-5

Katika mwezi wa Mei, ni wakati wa baridi Dar.	The month of May is a cold month in Dar.
Ninaposema 'baridi' yaani baridi kufananisha na wakati mwingine.	When I say cold, that is the cold in comparison to other seasons.
Watu hutoka bado jasho.	People are still sweating.
Lakini, kwa mtu ye yote aliyepata kufika Dar-es-Salaam na kukaa mwaka mzima pale, ataona kuwa huu ni wakati wa nafuu.	But (for) anyone who has been to Dar and lived there a whole year, he will understand that this is a period of good weather.
Mvua huwa ni kidogo sana ingawa bado inanyesha.	There is very little rain although it still rains.
Na mtu anaweza kuvaa koti bila kupata taabu sana.	One can wear a coat without much trouble.

kufananisha	to compare
kufanana	to resemble
kutoka jasho	to sweat
nafuu (9)	gain, progress, advantage

Text TD-6

Mwezi wa Julai ni mwezi wa baridi pia.	July is a cold month also.
Baridi karibu inakwisha lakini bado iko.	The cold is almost gone but it is still there.
Na labda kuna baridi zaidi kuliko mwezi wa Mei.	And perhaps it is colder than May.
Wakati huu, huwa kuna vumbi karibu mjini kote kwa shauri ya pepo kali zinazotoka baharini.	At this time, it is generally dusty in almost the entire city because of the strong winds which blow from the sea.
Na hali ya hewa hii huendelea mpaka mwisho wa mwezi na pengine, hata kuendelea zaidi.	And this condition of weather continues until the end of the month and perhaps continues even longer.

shauri	plan, advice
upepo (14, 10	wind, breeze

99

Text TD-7

Hali ya hewa kati ya Dar na Iringa inatofautiana sana.	The weather of Dar and of Iringa are very different from each other.
Tofauti ni hii.	This is the difference.
Inatokana na mahali miji ilipo.	It is caused by the location of the cities.
Mji wa Iringa uko juu sana katika nyanda za juu.	The town of Iringa is high up in the highlands.
Na mji wa Dar uko pwani.	And the city of Dar is on the coast.
Hivyo tukichukua mwezi wa Mei tutaona kuwa Iringa ni mji wa baridi sana.	Therefore if we take the month of May we see that Iringa is a very cold city.
Na watu hata wanahitaji makoti.	And the people even need coats.
Kumbe, Dar huwa hakuna joto.	Surprisingly, Dar is not hot.
Na watu wanaweza kuvaa mashati yao kama kawaida, ingawa kunakuwa na baridi kuliko wakati mwingine.	And people can wear their shirts as usual, although it is colder than any other time.

kutofautiana	to differ from
tofauti (9)	difference
kutokana	to originate in
mahali (16)	place, location, to carry, take
kuhitaji	to need, require
kumbe	expression of surprise

Text TD-8

Nilipokwenda mjini Nairobi, sikuchukiwa sana na hali ya hewa ya kule.	When I went to Nairobi, I was not disturbed by the climate there.
Hali ya hewa ya kule ni ya kupendeza.	The weather there is pleasant.
Ni tofauti kidogo na hali ya hewa ya Iringa ambako natoka, lakini inafanana sana.	It is a little different from the climate of Iringa where I come from, but resembles it very much.
Pana joto zaidi Nairobi kuliko Iringa.	There is more heat in Nairobi than in Iringa.
Lakini nilipokuwa pale katika mwezi wa Agosti niliona watu wanavaa makoti bila kusumbuka.	But when I was there in August I saw people wearing jackets without feeling uncomfortable.
Na Nairobi ni mji mzuri na wa kupendeza.	And Nairobi is a beautiful and pleasant town.

100

kuchukia	to dislike
kupendeza	to please, be pleasing
ku'sumbuka	to be uncomfortable

Text TD-9

Wakati wa kaskazi, Washington huwa una joto sana.	In the summer, Washington is generally very hot.
Na mtu anayefika hapa wala hawezi kuamini kuwa ni nchi iliyoko katika nchi za kaskazini za dunia.	And a person who arrives here cannot believe that it is a country which is in the northern countries of the world.
Joto huwa kali sana, na huwa unatoka jasho sana kama sehemu nyingine za tropiki.	The heat is very [intense] and you sweat very much as in some parts of the tropics.
Lakini huu ni wakati wa summer tu.	But this is only [in the] summer time.
Mtu huweza kushangaa atakavyoona hali ya hewa inavyogeuka.	One may be surprised when he sees how the weather changes.

kaskazi (9)	northerly wind, summer
wala	(negative)
kuamini	to trust, believe
dunia (9)	world
tropiki (9, 10)	tropics
kushangaa	to be surprised
kugeuka	to change, turn

Text TD-10

Wakati wa kusi mji wa Washington huwa una baridi sana.	In the winter time the city of Washington is very cold.
Yaani ukifananisha na wakati wa kaskazi utaona tofauti kubwa sana.	That is, if you compare it with summer time, you will see a big difference.
Wakati fulani theluji inaanguka na hata magari hayawezi kutembea vizuri mpaka theluji iondolewe barabarani.	At certain times snow falls and [even] cars cannot run well until the snow is removed from the road.
Na joto linashuka mpaka zero au chini zaidi, na kwa jumla, hali ya hewa, huwa si ya nafuu mpaka ukae katika nyumba iliyo na mashine za kuweza kutoa joto au ukoke moto.	The temperature drops down to zero or less and generally, the weather is not good (healthy) unless you stay in a house which has a machine which gives heat or you make a fire.
Na magari pia, lazima yawe na mashine ya kutolea joto.	And cars too, have to have a machine for (giving out) heat.

101

kusi (9)	southerly wind, winter
theluji (9)	snow
kuanguka	to fall, drop
kushuka	to lower, descend
chini (9)	below, bottom
jumla (9)	sum, total
mashine (9, 10)	machine
kutoa	to diffuse, give (off)
kukoka	to build a fire
moto (3, 4)	flame, fire
lazima	necessity, obligation

CYCLE 67

For this lesson and the ones that follow it, the teacher will need the following things:

3 large pens and/or pencils

3 small pens and/or pencils

3 large books

3 small books

3 large hard boiled eggs

3 small hard boiled eggs

3 large nails

3 small nails

3 small pieces of paper

3 large pieces of paper

The students should bring these things to class for the use of the teacher.

The Instructor should place on the table:

1 pen/pencil

1 book

1 egg

1 nail

1 piece of paper

M-1

kalamu ya wino (au kalamu) (9, 10)	Hiyo ni kalamu ya wino/kalamu.	pen/pencil	That is a pen/pencil.
kitabu (7, 8)	Hicho ni kitabu.	book	That is a book.
yai (5, 6)	Hilo ni yai.	egg	That is an egg.
msumari (3, 4)	Huo ni msumari.	nail	That is a nail.
kipande cha karatasi	Hicho ni kipande cha karatasi.	paper	That is a (piece of) paper.

M-2

| kitu | Hiki ni kitu gani? | thing | What is this? |

C-1

A: Hiki ni kitu gani?

B: Hi(lo) ni (yai).

A: What is this?

B: This is (an egg).

CYCLE 68

> The instructor should place on the table:
>
> 2 nails
>
> 2 books
>
> 2 pieces of paper
>
> 2 eggs
>
> 2 pens/pencils

M-1

misumari	Hiyo ni misumari.	nails	Those are nails.
vitabu	Hivyo ni vitabu.	books	Those are books.
vipande vya karatasi	Hivyo ni vipande vya karatasi.	pieces of paper	Those are pieces of paper.
mayai	Hayo ni may.ai.	eggs	Those are eggs.
kalamu	Hizo ni kalamu.	pens	Those are pens.

C-1

A: Hivi ni vitu gani?   A: What are these?

B: Ni (vitabu).   B: They are (books).

C-2

A: Hiki ni kitu gani?   A: What is this? (pointing at one thing)

B: Ni (kitabu).   B: It's a (book).

A: Hivi ni vitu gani?   A: And what are these? (pointing at two things of the same kind)

B: Ni (kalamu).   B: They are (pens).

> Remember that students should have plenty of opportunity to practice both Role A and Role B in C-1 and C-2.

CYCLE 69

M-1

kitabu kimoja	Kuna kitabu kimoja juu ya meza.	one book on the table	There's one book on the table.
vitabu viwili	Kuna vitabu viwili juu ya meza.	two books	There are two books on the table.
yai moja	Kuna yai moja juu ya meza.	one egg	There is one egg on the table.
mayai mawili	Kuna mayai mawili juu ya meza.	two eggs	There are two eggs on the table.
msumari mmoja	Kuna msumari mmoja juu ya meza.	one nail	There is one nail on the table.
misumari miwili	Kuna misumari miwili juu ya meza.	two nails	There are two nails on the table.
kalamu(ya wino) moja	Kuna kalamu ya wino moja juu ya meza.	one pen	There is one pen on the table.
kalamu(za wino) mbili	Kuna kalamu za wino mbili juu ya meza.	two pens	There are two pens on the table.
kipande cha karatasi	Kuna kipande cha karatasi mezani.	one piece of paper	There is one (piece of) paper on the table.
vipande viwili vya karatasi	Kuna vipande viwili vya kara-tasi mezani.	two pieces of paper	There are two (pieces of) paper on the table.

M-2

gani	{ Kuna kitu gani mezani? { Kuna vitu gani mezani?	what	What is there on the table?

C-1

A: Kuna (kitu) gani mezani?

A: What is there on the table?

B: Kuna (yai moja) juu ya meza/ mezani.

B: There's (an egg) on the table.

A: Kuna (vitu) gani mezani?

A: What is there on the table?

B: Kuna (mayai mawili) juu ya meza/mezani.

B: There are (two eggs) on the table.

CYCLE 70

M-1

> 1. Have the students repeat these phrases.
> 2. Give the nouns only. Students are to reply by giving the noun with a number.

msumari mmoja	yai moja	one nail	one egg
misumari miwili	mayai mawili	two nails	two eggs
misumari mitatu	mayai matatu	three nails	three eggs
misumari minne	mayai manne	four nails	four eggs
misumari mitano	mayai matano	five nails	five eggs
misumari sita	mayai sita	six nails	six eggs
misumari saba	mayai saba	seven nails	seven eggs
misumari minane	mayai manane	eight nails	eight eggs
misumari tisa	mayai tisa	nine nails	nine eggs
misumari kumi	mayai kumi	ten nails	ten eggs
misumari kumi na mmoja	mayai kumi na moja	eleven nails	eleven eggs
misumari kumi na miwili	mayai kumi na mawili	twelve nails	twelve eggs
kitabu kimoja	kalamu moja	one book	one pen
vitabu viwili	kalamu mbili	two books	two pens
vitabu vitatu	kalamu tatu	three books	three pens
vitabu vinne	kalamu nne	four books	four pens
vitabu vitano	kalamu tano	five books	five pens
vitabu sita	kalamu sita	six books	six pens
vitabu saba	kalamu saba	seven books	seven pens
vitabu vinane	kalamu nane	eight books	eight pens
vitabu tisa	kalamu tisa	nine books	nine pens
vitabu kumi	kalamu kumi	ten books	ten pens
vitabu kumi na kimoja	kalamu kumi na moja	eleven books	eleven pens
vitabu kumi na viwili	kalamu kumi na mbili	twelve books	twelve pens

C-1

A: Msumari mmoja na msumari
   mmoja ni misumari mingapi?

A: One nail and one nail are how
   many nails?

B: Msumari mmoja na msumari
   mmoja ni misumari miwili.

B: One nail and one nail are two
   nails.

A: Mayai matatu na mayai matano
   ni mayai mangapi?

A: Three eggs and five eggs are
   how many eggs?

    (Na kadhalika)

    (etc.)

CYCLE 71

M-1

> In this lesson the class will need a large box and a sack or bag.

meza (9,10)	Sasa, kuna misumari miwili juu ya meza.	table	Now, there are two nails on the table.
sakafu (9)	Sasa, kuna misumari miwili juu ya sakafu.	floor	Now, there are two nails on the floor.
sanduku (5,6) or (9,10)	Sasa, kuna misumari miwili ndani ya sanduku.	box	Now, there are two nails in the box.
gunia (5,6)	Sasa, kuna misumari miwili ndani ya gunia.	sack	Now, there are two nails in the sack.

M-2

meza	Kulikuwa na misumari mitatu juu ya meza.	table	There were three nails on the table.
sakafu	Kulikuwa na misumari mitatu juu ya sakafu.	floor	There were three nails on the floor.
sanduku	Kulikuwa na misumari mitatu ndani ya sanduku.	box	There were three nails in the box.
gunia	Kulikuwa na misumari mitatu ndani ya gunia.	bag	There were three nails in the box.

C-1

A: Kuna (misumari mi)ngapi (juu ya meza)?

A: How many (nails) are there (on the table)?

B: Kuna (misumari mitatu) (juu ya meza).

B: There are (three nails) (on the table).

C-2

A: Kuna (misumari mi)ngapi juu ya (sakafu)?

A: How many (nails) are there on the (floor)?

B: Kuna (misumari mitatu) juu ya (sakafu).

A: There are (three nails) on the (floor).

The person who asked the question adds one more object, or takes away one object. The person who answered the question must now say:

B: Kulikuwa na (misumari mitatu) juu ya (sakafu),

B: There were (three nails) on the (floor),

   lakini sasa kuna (misumari minne) juu ya (sakafu).

   but now there are (four) on the (floor).

CYCLE 72

In Cycles 67 through 71, the size of the objects was not important. In this cycle, difference in size is important.

M-1

msumari	Msumari mmoja mkubwa na misumari miwili midogo ni misumari mitatu.	nail	One large nail and two small nails are three nails.
yai	Yai moja kubwa na mayai mawili madogo ni mayai matatu.	egg	One large egg and two small eggs are three eggs.
kitabu	Kitabu kikubwa kimoja na vitabu viwili vidogo ni vitabu vitatu.	book	One large book and two small books are three books.
kalamu	Kalamu kubwa moja na kalamu mbili ndogo ni kalamu tatu.	pencil	One large pencil and two small pencils are three pencils.

108

M-2

Tafadhali nipe misumari miwili mikubwa na msumari mmoja mdogo.
Please hand me two large nails and one small nail.

Tafadhali nipe mayai mawili makubwa na yai moja dogo.
Please hand me two large eggs and one small egg.

Tafadhali nipe vitabu viwili vikubwa na kitabu kimoja kidogo.
Please hand me two large books and one small book.

Tafadhali nipe kalamu mbili kubwa na kalamu moja ndogo.
Please hand me two large pens and one small pen.

C-1

Tafadhali nipe (mayai mawili makubwa na yai moja dogo).
Please hand me (two large eggs and one small egg).

C-2

A: (Chicago) ni (mji m)kubwa au (m)dogo?
A: Is (Chicago) large, or small?

B: Ni (mkubwa)
B: It is (large).

C-3

A: (Chumba chako) ni (ki)kubwa au (ki)dogo?
A: Is (your room) large, or small?

B: Ni (kikubwa).
B: It's (large).

CYCLE 73

M-1

msumari	Chukua misumari mitatu.	nail	Take three nails.
kitabu	Chukua vitabu vitatu.	book	Take three books.
yai	Chukua mayai matatu.	egg	Take three eggs.
kalamu	Chukua kalamu tatu.	pencil	Take three pencils.

M-2

vitabu	Weka kitabu kimoja sandukuni.	books	Put one book in the box.
kalamu	Weka kalamu moja sandukuni.	pencils	Put one pencil in the box.
mayai	Weka yai moja sandukuni.	eggs	Put one egg in the box.
msumari	Weka msumari mmoja sandukuni.	nails	Put one nail in the box.

C-1

> The teacher should give instructions to the students. Later,
> the students themselves should give instructions. Some examples
> are:

Chukua misumari mikubwa miwili. Weka
msumari mmoja juu ya meza.

Take two large nails. Put one nail
on the table.

Chukua misumari mikubwa mitatu na
midogo miwili. Weka msumari mmoja
sakafuni.

Put one nail on the floor. Take three
large nails and two small ones.

Weka misumari mikubwa sandukuni. Weka
midogo mezani.

Put the large nails in the box. Put
the small ones on the table.

[Some speakers may prefer the verb /tia/ in place of /weka/
in the above sentences.]

CYCLE 74

M-1

kalamu	Rudisha kalamu mezani.	pencils	Return the pencils to (on) the table.
mayai	Rudisha mayai mezani.	eggs	Return the eggs to (on) the table.
vitabu	Rudisha vitabu mezani.	books	Return the books to (on) the table.
misumari	Rudisha misumari mezani.	nails	Return the nails to (on) the table.

M-2

kalamu	Kalamu ziko wapi sasa?	pens	Where are the pens now?
vitabu	Vitabu viko wapi sasa?	books	Where are the books now?
mayai	Mayai yako wapi sasa?	eggs	Where are the eggs now?
misumari	Misumari iko wapi sasa?	nails	Where are the nails now?

C-1

> The person who gives the instructions to one person also asks
> questions of another person.

A: Weka vitabu vitatu mezani.

A: Put three books on the table.
[B carries out the order.]

A: Vitabu viko wapi?

A: Where are the books?

C:	Vitabu viko mezani.	C:	The books are on the table.
A:	Rudisha vitabu katika gunia.	A:	Return the books to the sack.
A:	Vitabu viko wapi sasa?	A:	Where are the books now?
	(N.K.)		(etc.)

CYCLE 75

M-1

msumari	Chukua msumari mmoja. Uweke juu ya meza.	nail	Take one nail. Put it on the table.
misumari	Chukua misumari miwili. Iweke juu ya meza.	nails	Take two nails. Put them on the table.
yai	Chukua yai moja. Liweke juu ya meza.	egg	Take one egg. Put it on the table.
mayai	Chukua mayai mawili. Yaweke juu ya meza.	eggs	Take two eggs. Put them on the table.
kitabu	Chukua kitabu kimoja. Kiweke juu ya meza.	book	Take one book. Put it on the table.
vitabu	Chukua vitabu viwili. Viweke juu ya meza.	books	Take two books. Put them on the table.
kalamu	Chukua kalamu moja. Iweke juu ya meza.	pencil	Take one pencil. Put it on the table.
kalamu	Chukua kalamu mbili. Ziweke juu ya meza.	pencils	Take two pencils. Put them on the table.

M-2

msumari	Nilichukua msumari mmoja nikauweka juu ya meza.	nail	I took one nail and put it on the table.
misumari	Nilichukua misumari miwili nikaiweka juu ya meza.	nails	I took two nails and put them on the table.
yai	Nilichukua yai moja nikaliweka juu ya meza.	egg	I took one egg and put it on the table.
mayai	Nilichukua mayai mawili nikayaweka juu ya meza.	eggs	I took two eggs and put them on the table.

kitabu	Nilichukua kitabu kimoja nikakiweka juu ya meza.	book	I took one book and put it on the table.
vitabu	Nilichukua vitabu viwili nikaviweka juu ya meza.	books	I took two books and put them on the table.
kalamu	Nilichukua kalamu moja nikaiweka juu ya meza.	pencil	I took one pencil and put it on the table.
kalamu	Nilichukua kalamu mbili nikaziweka juu ya meza.	pencils	I took two pencils and put them on the table.

C-1

A: Chukua (vitabu viwili).

A: Take (two books). [B does so.]

A: (Vi)weke juu ya (meza).

A: Put (them) (on the table).

A: Ulifanya nini?

A: What did you do?

B: Nilichukua (vitabu viwili) nika(vi)weka juu ya (meza).

B: I took (two books) and put them (on the table).

C-2

A: Chukua (mayai manne). Yatie (mezani).

A: Take (four eggs). Put them (on the table).

A: B alifanya nini?

A: What did B do?

C: Alichukua (mayai manne) ya aka(ya)weka (mezani).

C: He/she took (four eggs) and put (them) (on the table).

CYCLE 76

M-1

msumari	Msumari huu ni mkubwa; msumari huo ni mdogo.	nail	This nail is big; that nail is little.
misumari	Misumari hii ni mikubwa; misumari hiyo ni midogo.	nails	These nails are big; those nails are small.
yai	Yai hili ni kubwa; yai hilo ni dogo.	egg	This egg is big; that egg is small.
mayai	Mayai haya ni makubwa; mayai hayo ni madogo.	eggs	These eggs are big; those eggs are small.
kitabu	Kitabu hiki ni kikubwa; kitabu hicho ni kidogo.	book	This book is big; that book is little.

112

| vitabu | Vitabu hivi ni vikubwa; vitabu hivyo ni vidogo. | books | These books are big; those books are little. |

C-1

| | A: (Yai) h(ili) ni kubwa au dogo? | | A: Is this (egg) big, or little? |
| | B: Ni (dogo). | | B: It is (big). |

C-2

| | A: (Misumari) h(iyo) ni (mi)kubwa au (mi)dogo? | | A: Are these (nails) big, or little? |
| | B: Ni (midogo). | | B: They are (little). |

C-3

| | A: (Kitabu) h(ich)o ni (ki)kubwa au (ki)dogo? | | A: Is that (book) big, or little? |
| | B: Ni (kikubwa). | | B: It is (large). |

C-4

| | A: (Misumari) h(iy)o ni (mi)kubwa au (mi)dogo? | | A: Are those (nails) big, or little? |
| | B: Ni (mikubwa). | | B: They are (big). |

CYCLE 77

M-1

mimi	Tafadhali nipe vitabu.	me	[Please] hand me the books.
Daudi	Tafadhali mpe Daudi vitabu.	David	[Please] hand David the books.
Daudi na Maria	Tafadhali wape Daudi na Maria vitabu.	David and Mary	[Please] hand David and Mary the books.
Daudi na mimi	Tafadhali tupe (mimi na Daudi) vitabu.	David and me	[Please] hand David and me the books.

M-2

mimi	Daudi alinipa pesa.	me	David gave me some money.
wewe	Daudi alikupa pesa.	you (sg.)	David gave you some money.
wewe na mimi	Daudi alitupa pesa.	you (sg.) and me	David gave you and me some money.
wewe na Maria	Daudi aliwapeni pesa.	you (sg.) and Mary	David gave you and Mary some money.
Maria na Yohana	Daudi aliwapa Maria na Yohana pesa.	Mary and John	David gave Mary and John some money.

C-1

A: (Wa)pe (Daudi na Maria) (vitabu vitano).

A: Give (five books) to (David and Mary). [B does so.]

A: Ulifanya nini?

A: What did you do?

B: Nili(wa) pa (Daudina Maria) (vitabu vitano).

B: I gave (five books) to (David and Mary).

A: (B) alifanya nini?

A: What did (B) do?

C: Ali(wa) pa (Daudi na Maria) (vitabu vitano).

C: He/she gave (five books) to (David and Mary).

CYCLE 78

M-1

shati (5,6)	Shati la John ni la rangi gani?	shirt	What color is John's shirt?
kaptura (9,10)	Kaptura ya John ni ya rangi gani?	shorts	What color are John's shorts?
suruali (9, 10)	Suruali ya John ni ya rangi gani?	long trousers	What color are John's trousers?
soksi (9,10)	Soksi za John ni za rangi gani?	socks	What color are John's socks?
viatu (8)	Viatu vya John ni vya rangi gani?	shoes	What color are John's shoes?
kofia (9,10)	Kofia ya John ni ya rangi gani?	hat	What color is John's hat?
vazi (5,6)	Vazi la Mary ni la rangi gani?	dress	What color is Mary's dress?

M-2

nyekundu	Vazi la Mary ni jekundu.	red, brown	Mary's dress is red.
nyeupe	Vazi la Mary ni jeupe.	white	Mary's dress is white.
nyeusi	Vazi la Mary ni jeusi.	black	Mary's dress is black.
kijanibichi or: kijani kibichi	Vazi la Mary ni la kijanibichi.	green	Mary's dress is green.
kibluu or: kibuluu	Vazi la Mary ni la kibluu.	blue	Mary's dress is blue.
kisamawati	Vazi la Mary ni la kisamawati.	light blue	Mary's dress is light blue.
njano	Vazi la Mary ni la njano.	yellow	Mary's dress is yellow.

M-3

nyekundu	Viatu vya Mary ni vyekundu.	red	Mary's shoes are red.
nyeupe	Viatu vya Mary ni vyeupe.	white	Mary's shoes are white.
nyeusi	Viatu vya Mary no vyeusi.	black	Mary's shoes are black.
kijanibichi or: kijani kibichi	Viatu vya Mary ni vya kijanibichi.	green	Mary's shoes are green.
kibluu	Viatu vya Mary ni vya kibluu.	blue	Mary's shoes are blue.
samawati	Viatu vya Mary ni vya samawati.	light blue	Mary's shoes are light blue.
njano	Viatu vya Mary ni vya njano.	yellow	Mary's shoes are yellow.

C-1

[Ask and answer questions about the colors of books, clothing, pens, etc inside the classroom. Be sure to use the correct form of the color word, so that it agrees with the noun.]

CYCLE 79

M-1

kalamu	Kalamu hii ni ya nani?	pencil	Whose pencil is this?
karatasi	Karatasi hii ni ya nani?	paper	Whose paper is this?
kiberiti	Kiberiti hiki ni cha nani?	matches	Whose matches are these?
saa	Saa hii ni ya nani?	watch	Whose watch is this?
kiti	Kiti hiki ni cha nani?	chair	Whose chair is this?

M-2

mimi	Kalamu hizi ni zangu.	I	These pencils are mine.
wewe	Kalamu hizi ni zako.	you (sg.)	These pencils are yours.
yeye	Kalamu hizi ni zake.	he/she	These pencils are his/hers.
sisi	Kalamu hizi ni zetu.	we	These pencils are ours.
ninyi	Kalamu hizi ni zenu.	you (pl.)	These pencils are yours.
wao	Kalamu hizi ni zao.	they	These pencils are theirs.

C-1

A: (Karatasi hii) ni ya nani?   A: Whose (paper) is this?

B: Ni (karatasi) (yake).   B: It is (his/hers).

A: (Kalamu) hizi ni za nani?   A: Whose (pencils) are these?

B: Ni (kalamu) (zangu).   B: They are (mine).

CYCLE 80

M-1

sufi (9)	Shati la John ni la sufi.	wool	John's shirt is made of wool.
pamba (9)	Shati la John ni la pamba.	cotton	John's shirt is made of cotton.
kitani	Shati la John ni la kitani.	linen	John's shirt is made of linen.
nylon	Shati la John ni la nylon.	nylon	John's shirt is made of nylon.

116

M-2

nini?   Shati la John ni· la nini?   what?   What is John's shirt made of?

C-1

A: (Shati) (l)a (John) ni (l)a   A: What is (John's) (shirt) [made]
    nini?   of?

B: Ni (l)a (pamba).   B: It's [made] of (cotton).

A: Na ni (l)a rangi gani?   A: And what color is it?

B: Ni (jeupe).   B: It's (white).

CYCLE 81

> For this cycle, the class will need six empty paper cups.
> Pretend that one cup is full of water, another is full of
> coffee, etc. Write on the cups the words water, coffee,
> sugar, salt, milk, tea.

M-1

maji (6)	Maji yamemwagika.	water	The water is spilt.
kahawa (9)	Kahawa imemwagika.	coffee	The coffee is spilt.
sukari (9)	Sukari imemwagika.	sugar	The sugar is spilt.
chumvi (9)	Chumvi imemwagika.	salt	The salt is spilt.
maziwa (6)	Maziwa yamemwagika.	milk	The milk is spilt.
chai (9)	Chai imemwagika.	tea	The tea is spilt.

M-2

maji	Maji hayakumwagika.	water	The water isn't spilt.
kahawa	Kahawa haikumwagika.	coffee	The coffee isn't spilt.
sukari	Sukari haikumwagika.	sugar	The sugar isn't spilt.
chumvi	Chumvi haikumwagika.	salt	The salt isn't spilt.
maziwa	Maziwa hayakumwagika.	milk	The milk isn't spilt.
chai	Chai haikumwagika.	tea	The tea isn't spilt.

C-1

> The person who asks the questions should knock over one of
> the cups as he speaks.

A: (Maji) yamewagika?   A: Is the (water) spilt?

B: ⎰ Ndiyo, (ya)memwagika.   B: ⎰ Yes, it's spilt.
   ⎱ La, ha(ya)kumwagika.   ⎱ No, it's not spilt.

C-2

A: (Kahawa) (i)ko namna gani?   A: What's the matter with the
                                                (coffee)?

B: (I)memwagika.   B: It's spilt.

CYCLE 82

M-1

maji	Nani ali(ya)mwaga maji?	water	Who spilled the water?
kalamu	Nani ali(i)vunja kalamu hii?	pencil	Who broke this pencil?
nguo	Nani ali(i)chana nguo hii?	cloth	Who tore this cloth?
maneno	Nani ali(ya)andika maneno haya ubaoni?	words	Who wrote these words on the board?
swali	Nani ali(li)uliza swali hilo?	question	Who asked that question?
kuchelewa	Nani amechelewa?	to be late	Who is late?

M-2

maji	Usi(ya)mwage maji tena.	water	Don't spill the water again.
kalamu	Usi(i)vunje kalamu tena.	pencil	Don't break the pencil again.
kitambaa	Usi(ki)chane kitambaa tena.	cloth	Don't tear the cloth again.
maneno	Usi(ya)andike maneno haya tena.	words	Don't write these words again.
swali	Usi(li)ulize swali hilo tena.	question	Don't ask that question again.
kuchelewa	Usichelewe tena.	to be late	Don't be late again.

118

C-1

A: Nani ali(   )?
   Wewe uli(   )?

B: { Ndiyo, nili(   ).
   { La, siku(   ).

A: Usi(   ) tena!

A: Who (   )?
   (Paul), did you (   )?

B: { Yes, I did.
   { No, I didn't.

A: Don't (   ) again!

C-2

A: Kuna mambo gani na(   ).

B: (   ) me(   ).

A: Nani ali(   )?

B: Sijui. Nadhani (Anna)
   ali(   ).

A: What's the matter with the
   (   )?

B: It's (   ).

A: Who (   ) it?

B: I don't know. I think (Ann) did
   it.

CYCLE 83

M-1

kuchelewa	Umechelewa.	to be late	You're late.
kusikitika	Nasikitika.	to be sorry	I'm sorry.
ubao	Nenda ubaoni.	blackboard	Go to the blackboard.
kuandika	Andika 'Sitachelewa tena.'	to write	Write 'I won't be late again'.
tano	Liandike mara tano.	five	Write it five times.

119

CYCLE 84

M-1

Umeoa?	(swali kwa mwanamume).	Are you married?	(said to a man)
Umeolewa?	(swali kwa mwanamke).	Are you married?	(said to a woman)

M-2

Sijaoa.	(jibu la mwanamume).	I'm not married.	(said by a man)
Sijaolewa.	(jibu la mwanamke).	I'm not married.	(said by a woman)

C-1

Umeoa/umeolewa?	Are you married?
Ndiyo, nimeoa/nimeolewa.	Yes, I am.
La, sijaoa/sijaolewa.	No, I'm not.

C-2

> Use names of people whom members of the class know.

A: (Peter) ameoa? (Mary) ameolewa?	A: Is (Peter/Mary) married?
B: Ndiyo, ameoa/ameolewa.	B: Yes, he/she is.
La, hajaoa/hajaolewa.	No, he/she isn't.

C-3

A: Umechoka?	A: Are you tired?
B: Ndiyo, nimechoka.	B: Yes, I am.
La, sijachoka.	No, I'm not.
A: Ulilala saa ngapi jana usiku?	A: What time did you go to bed last night?
B: Nililala saa (tano).	B: I went to bed at (11:00 p.m.).

CYCLE 85

M-1

Afrika Mashariki	Umepata kufika Afrika Mashariki?	East Africa	Have you ever been to East Africa?
la	La, sijapata kufika Afrika Mashariki.	no	No. I've never been there.
lini?	Utakwenda huko lini?	when?	When are you going to go there?
miezi	Nitakwenda huko baada ya miezi miwili ijayo.	months	I'm going to go there in two months.

M-2

mwezi	Nitakwenda huko mwezi ujao.	month	I'm going to go there next month.
miezi	Nitakwenda huko baada ya miezi miwili ijayo.	months	I'm going to go there in two months.
wiki (majuma)	Nitakwenda huko baada ya wiki mbili zijazo.	weeks	I'm going to go there in two weeks.
tatu	Nitakwenda huko baada ya wiki tatu zijazo.	three	I'm going to go there in three weeks.
miezi	Nitakwenda huko baada ya miezi mitatu ijayo.	months	I'm going to go there in three months.

C-1

A: Umepata kufika (Nairobi)?

B: { Ndiyo.
    La.

A: Utakwenda huko?

B: { Ndiyo, nitakwenda.
    La, sitakwenda.

A: Utakwenda huko lini?

B: { Baada ya majuma (manne) (ya)jayo.

    Baada ya miezi (minne) (i)jayo.

A: Have you ever been to (Nairobi)?

B: Yes, I have.
   No, I haven't.

A: Are you going to go there?

B: Yes, I am.
   No, I'm not.

A: When are you going to go there?

B: In (four) weeks/months.

121

CYCLE 86

M-1

Los Angeles	Umepata kufika Los Angeles?	Los Angeles	Have you ever been to Los Angeles?
ndiyo	Ndiyo, nimepata kufika Los Angeles.	yes	Yes, I have.
lini?	Ulikwenda huko lini?	when?	When did you go there?
miaka	Nilikwenda huko miaka miwili iliyopita.	years	I went there two years ago.

M-2

jana	Nilikwenda huko jana.	yesterday	I went there yesterday.
wiki jana	Nilikwenda huko wiki jana (wiki iliyopita).	last week	I went there last week.
mwezi	Nilikwenda huko mwezi jana (mwezi uliopita).	month	I went there last month.
mwaka	Nilikwenda huko mwaka jana (mwaka uliopita).	year	I went there last year.
miaka miwili	Nilikwenda huko miaka miwili iliyopita.	two years	I went there two years ago.
miezi miwili	Nilikwenda huko miezi miwili iliyopita.	two months	I went there two months ago.
wiki mbili	Nilikwenda huko wiki mbili zilizopita.	two weeks	I went there two weeks ago.
juzi juzi	Nilikwenda huko juzi juzi.	recently	I went there recently.
zamani	Nilikwenda huko zamani.	long ago	I went there long ago.

C-1

A: Umepata kufika (Dar-es-Salaam)?

B: { La.
  { Ndiyo.

A: Ulikwenda huko lini?

B: Nilikwenda huko (zamani).

A: Have you ever been to (Dar-es-Salaam)?

B: No, I haven't.
   Yes, I have.

A: When did you go there?

B: I went there (long ago).

CYCLE 87

M-1

chuo kikuu	Ulihitimu chuo kikuu lini?	college	When did you finish college?
nyumbani	Uliondoka nyumbani lini?	home	When did you leave home?
hapa	Ulifika hapa lini?	here	When did you arrive here?
Kiswahili	Ulianza kujifunza Kiswahili lini?	Swahili	When did you begin to study Swahili?
kuoa	Ulioa/uliolewa lini?	to marry	When did you marry?

C-1

A: Uli(fika hapa) lini?

A: When did you (arrive here)?

B: Nili(fika hapa) (miezi miwili iliyopita).

B: I (arriv)ed (two months ago).

A: Yaani (mwezi wa Juni).

A: That is to say, (in June).

B: Ndiyo.

B: That's right.

TEXTS, SERIES TE

SHORT BIOGRAPHIES

Text TE-1

habari (9,10) maisha (6)	Tueleze habari juu ya maisha ya Bwana Kawawa.	information, life	Tell us about the life of Mr. Kawawa.
jina	Jina lake Rashidi Mfaume Kawawa.	name	His name is Rashidi Mfaume Kawawa.
kuzaliwa	Alizaliwa katika wilaya ya Songea mwaka 1928.	to be born	He was born in the Songea district in 1928.
kusomea	Alisomea shule Dar-es-Salaam na Tabora.	to go to school	He went to school in Dar es Salaam and in Tabora.
maendeleo (6)	Alifanya kazi katika Wizara ya Maendeleo katika Serkali ya Tanganyika.	progress	He was an employee/He worked for the Dept. of Social Development of the Government of Tanganyika.
rais (1) chama (7,8)	Alipata kuwa Rais wa Chama cha Tanganyika African Civil Servants Association.	president society organization	He became President of the Tanganyika African Civil Servants Association.
kuchagua kiongozi (1)	Alichaguliwa kuwa kiongozi wa wafanya kazi mwaka 1955.	to choose leader	In 1955, he became a labor leader.
mjumbe (1,2)	Mwaka 1958 alichaguliwa kuwa mjumbe wa Legco.	deputy	He was elected to Legco in 1958.
waziri (1)	Katika mwaka 1961 Rais Nyerere alimchagua kuwa waziri.	minister	In 1961, President Nyerere appointed him a minister.

Copy , filling in the blanks:

1)   Tueleze habari juu __a Bwana Kawawa. Jina __ake Rashidi Mfaume Kawawa. ___zaliwa katika wilaya ___ Songea __aka 1928.   ___somea shule Dar es Salaam __ Tabora.   ___fanya kazi katika Wizara __ Maendeleo katika Serkali __a Tanganyika.   ___pata __wa Rais __a chama __a Tanganyika African Civil Servants Association.   ___chaguliwa __wa __ongozi __a __fanya kazi mwaka 1955.   Mwaka 1958 ___chaguliwa __wa mjumbe __a Legco.   Katika mwaka 1961 Rais Nyerere ____chagua __wa waziri.

2)   __eleze habari juu __Bwana Kawawa. Jina ____ Rashidi Mfaume Kawawa. Aliza____ katika wilaya __ Songea mw___ 1928. Ali____ shule Dar es Salaam __ Tabora. Ali____ kazi katika W_____ ya Maendeleo katika Serkali __ Tanganyika. Ali____ ku__ Rais __ chama ___ Tanganyika African Civil Servants Association. Alichagu ____ ku___ ki_____ wa wa _____ kazi _____ 1955. Mwaka 1958 alichagu____ ku__ m_____ wa Legco. _____ mwaka 1961 Rais Nyerere ali_chagua ____ waziri.

Text TE-2

Bwana Nkumbula	Tueleze habari juu ya maisha ya Bwana Nkumbula.	Mr. Nkumbula	Can you tell us something about Mr. Nkumbula?
jina	Jina lake Harry Mwaanga Nkumbula.	name	His name is Harry Mwaanga Nkumbula.
kuzaliwa	Alizaliwa mwaka 1916 katika Zambia.	to be born	He was born in Zambia in 1916.
kabila(5,6)	Ni mtu wa kabila la Ila.	tribe	He is an Ila.
kimisheni	Alihudhuria shule ya kimisheni ya Methodist.	mission (adj.)	He attended the Methodist Mission school.
kupata	Alipata kuwa mwalimu.	to get	He became a teacher.
kuu	Baadaye alisomea chuo kikuu cha Makerere, na London.	great	Later, he studied at Makerere College, and in London.
kurudi	Alirudi Zambia mwaka 1956,	to return	He returned to Zambia in 1956,
kuwa	akawa kiongozi katika mambo ya siasa.	to be, become	and he became a political leader.
kiongozi		leader	
siasa (9)		politics	

Copy, filling in the blanks:

1) Jina __ake Harry Mwaanga Nkumbula. ___zaliwa mwaka 1916 _____ Zambia. Ni___ __a kabila __a Ila. ___huduria shule __a kimisheni __a Methodist. ___pata __wa mwalimu. Baadaye ___somea chuo __kuu __a Makerere, na London. ___rudi Zambia mwaka 1956, ___kawa kiongozi katika mambo __a siasa.

2) Jina _____ Harry Mwaanga Nkumbula. Aliza____ ____ 1916 katika Zambia. __ ___ wa _____ la Ila. Ali_____ shule ya __misheni __ Methodist. Ali____ kuwa __alimu. Baadaye, ali_____ chuo _____ cha Makerere, __ London. Ali____ Zambia _____ 1956, a____ __ongozi katika _____ ya siasa.

Text TE-3

Bwana Kaunda	Tueleze habari juu ya maisha ya Bwana Kaunda.	Mr. Kaunda	What can you tell us about Mr. Kaunda?
jina	Jina lake Kenneth David Kaunda.	name	His name is Kenneth David Kaunda.
kuzaliwa	Alizaliwa katika jimbo la kaskazini la Rhodesia ya Kaskazini, mwaka 1924.	to be born	He was born in the Northern Province, Northern Rhodesia in 1924.
kienyeji	Alisomea shule ya kie-nyeji na katika Munali Secondary School.	local kind	He went to a local school and to Munali Secondary School.
kuhitimu	Alihitimu kuwa mwalimu mwaka 1943.	to complete	He qualified as a teacher in 1943.
kuunda chama sehemu	Aliunda chama cha African National Congress, Sehemu ya Chinsali, Rhodesia Kaskazini, mwaka 1949.	to build association part	He founded the African National Congress branch in Chinsali, Northern province, in 1949.
kuchagua Mwandishi -zima	Alichaguliwa Mwandishi Mkuu wa chama kizima mwaka 1952.	to elect Secretary whole	He became General-Secretary of the whole organization in 1952.
kuanzisha kufunga jela ( )	Alianzisha chama cha Zambia African Na-tional Congress, mwaka 1959. Alifungwa jela kwa miezi tisa.	to begin (transitive) to close jail	He founded Zambia African National Congress in 1959. He was imprisoned for nine months.
Rais	Alichaguliwa Rais wa chama cha United National Independence Party.	president	He became President of the United National Independence Party.
jamhuri (9, 10)	Alichaguliwa Rais wa Jamhuri ya Zambia mwaka 1964.	republic	He became President of the Republic of Zambia in 1964.

Copy, filling in the blanks:

1) Jina __ake Kenneth David Kaunda. ___zaliwa katika jimbo __a kaskazini __a Rhodesia __a Kaskazini, _____ 1924. ___somea shule __a kienyeji na katika Munali Secondary School. ___hitimu ____ mwalimu mwaka 1943. ___unda chama __a African National Congress, Sehemu __a Chinsali, Rhodesia Kaskazini, _____ 1949. ___chaguliwa Mwandishi __kuu __a chama kizima mwaka 1952. ___anzisha chama __a Zambia African National Congress, _____ 1959. ___fungwa jela ___ miezi tisa. ___chaguliwa Rais __a chama __a United National Independence Party. ___chaguliwa Rais __a Jamhuri __a Zambia mwaka 1964.

126

2) Jina ____ Kenneth David Kaunda. Aliza____ katika _____ la kaskazini ___
Rhodesia ___ Kaskazini, mwaka 1924. Ali____ shule ya __enyeji __ katika Munali
Secondary School. Ali_____ kuwa __alimu mwaka 1943. Ali____ _____ cha African
National Congress, _____ ya Chinsali, Rhodesia Kaskazini, mwaka 1949.
Alichagu____ __andishi M___ wa chama __zima mwaka 1952. Alianz __ chama ___
Zambia African National Congress, mwaka 1959. Alifung__ jela kwa miezi tisa.
Ali___ R___ wa _____ cha United National Independence Party. Alichagu____ Rais
wa _____ ya Zambia mwaka 1964.

Text TE-4

Bwana Karume	Tueleze habari juu ya Bwana Karume.	Mr. Karume	What can you tell us about Mr. Karume?
jina	Jina lake Abeid Karume.	name	His name is Abeid Karume.
kuwa	Alizaliwa Kongo, akaja Unguja alipokuwa	to be	He was born in the Congo and came to
mtoto	mtoto mdogo.	child	Zanzibar while young.
baharia(1)	Alifanya kazi ya uba-haria, akatembelea	sailor	He worked as a sailor and visited many
kutembelea	nchi nyingi.	to visit	countries.
Rais	Katika mwaka 1957, alichaguliwa Rais wa chama cha African Association for Immi-grant Workers.	president	In 1957, he became President of the African Association for Immigrant Workers.
mjumbe	Mwezi wa Julai 1957, alichaguliwa mjumbe wa Legco.	delegate	In July 1957, he was elected to the Legislative Council.
tena	Alichaguliwa tena kama mjumbe wa Legco mwaka 1961.	again	He was re-elected to the Legislative Council in 1961.
jamhuri	Alipata kuwa Rais wa Jamhuri ya watu wa Unguja mwaka 1964.	republic	In 1964, he became President of Zanzibar Peoples Republic.
kuteua	Mwaka huo huo aliteuliwa kuwa Makamu wa kwanza	to choose	In the same year, he became the First
Makamu wa Rais	wa Rais wa Jamhuri ya Tanzania.		Vice President of Tanzania.

Text TE-5

Bwana Kambona	Tueleze habari juu ya Bwana Kambona.	Mr. Kambona	What can you tell us about Mr. Kambona?
jina	Jina lake Oscar Sathiel Kambona.	name	His name is Oscar Salathiel Kambona.
kuzaliwa	Alizaliwa Songea, Jimbo la Kusini.	to be born	He was born in Songea, Southern Province.
kuhudhuria	Alihudhuria shule Dodoma na Tabora.	to attend	He went to School in Dodoma and Tabora.
tangu	Alikuwa mwalimu tangu mwaka 1951 mpaka 1954.	since, from	He was a teacher from 1951 to 1954.
kusoma	Alisoma sheria Uingereza kutoka mwaka 1956 hadi	to study	He studied law in England from 1956 to
sheria	1959.	law	1959.
hadi		until	
mjumbe	Katika mwaka 1960, alichaguliwa mjumbe wa Legico.	delegate	He was elected member of the Legislative Council in 1960.
waziri elimu	Alipata kuwa Waziri wa Elimu mwaka 1960.	minister education	He was appointed Minister of Education in 1960.
ulinzi	Alichaguliwa kuwa Waziri wa Ulinzi na Mambo ya	defense	He was appointed Minister of Defense and Foreign Affairs
kigeni	Kigeni mwaka 1962.	foreign kind	in 1962.

Text TE-6

Dr. Kiano	Tueleze habari juu ya Dr. Kiano.	Dr. Kiano	What can you tell us about Dr. Kiano?
jina	Jina lake Gikonyo Kiano.	name	His name is Gikonyo Kiano.
kuzaliwa	Alizaliwa katika wilaya ya Fort Hall mwaka 1926.	to be born	He was born in Fort Hall District in 1926.
kusomea	Alisomea Nyeri, Kiambu na Uganda.	to study at	He went to School in Nyeri, Kiambu and in Uganda.
kuondoka	Aliondoka Kenya mwaka 1948 kwenda Amerika.	to leave	He left Kenya for America in 1948.
digrii	Alipata digrii za B.A., M.A. na Ph.D. katika Amerika.	degrees	He obtained B.A., M.A. and Ph.D. degrees in America.
mwalimu	Alikuwa mwalimu katika Royal Technical College, Nairobi.	lecturer	In 1956, he became lecturer at the Royal Technical College, Nairobi.

kuchagua	Katika mwaka wa 1958, alichaguliwa kama mjumbe wa Legico.	to elect	He was elected member of the Legislative Council in 1958.
Biashara Viwanda	Alifanywa Waziri wa Biashara na Viwanda mwaka 1960.	Commerce Industry	He was appointed Minister of Commerce and Industry in 1960.
tena	Alichaguliwa tena mjumbe wa Legico, mwaka 1961.	again	He was re-elected to the Legislative Council in 1961.
kuteua	Bwana Kenyatta alimteua kuwa Waziri wa Biashara na Viwanda mwaka 1963.	to appoint	Mr. Kenyatta appointed him Minister of Commerce and Industry in 1963.

Text TE-7

Bwana Koinange	Tueleze habari juu ya Bwana Koinange.	Mr. Koinange	What can you tell us about Mr. Koinange?
jina	Jina lake Mbiyu (Peter) Koinange.	name	His name is Mbiyu Koinange.
kuzaliwa	Alizaliwa katika Wilaya ya Kiambu mwaka 1907.	to be born	He was born in the Kiambu District in 1907.
kuhuduria	Alihudhuria shule Mombasa na Kikuyu.	to attend	He went to school in Mombasa and Kikuyu.
kusoma	Alisoma Amerika tangu 1927 mpaka 1936.	to study	He studied in the U. S. from 1927 to 1936.
pia	Pia alisoma katika Vyuo Vikuu vya Cambridge na London.	also	He also studied at Cambridge and London.
Mwalimu Mkuu	Alipata kuwa Mwalimu Mkuu wa Kenya Teachers College, Githunguri.	principal	In 1948, he became principal of the Kenya Teachers College at Githunguri.
mojawapo	Alichaguliwa kuwa moja-wapo wa watu walio-	one of them	He was appointed one of the directors of the
kuongoza	ongoza Ofisi inayo-shugulika na Mambo ya	to lead	African Affairs Bureau in Ghana by Dr.
kushugulika	Kiafrika katika Ghana na Dr. Nkrumah.	to be concerned with	Nkrumah.
Idara	Mwaka 1963, alifanywa Waziri wa Idara ya Mambo ya Kiafrika na Bwana Kenyatta.	ministry	He was appointed Minister of African Affairs by Mr. Kenyatta in 1963.

Text TE-8

Bwana Oginga Odinga	Tueleze habari juu Bwana Oginga Odinga.	Mr. Oginga Odinga	What can you tell us about Mr. Oginga Odinga?
jina	Jina lake Ajuma Oginga Odinga.	name	His name is Ajuma Oginga Odinga.
kuzaliwa	Alizaliwa katika jimbo la Central Nyanza, mwaka 1912.	to be born	He was born in Central Nyanza District in 1912.
chuo kikuu	Alisoma Maseno, Kikuyu na Chuo kikuu cha Makerere.	university	He went to school in Maseno, Kikuyu and Makerere College.
kuhitimu	Alihitimu kuwa mwalimu mwaka 1939.	to graduate	In 1939, he qualified as a teacher.
ualimu (14)	Alifanya kazi ya ualimu tangu 1940 mpaka 1946.	teaching	He taught school from 1940 to 1946.
kuanzisha	Alianzisha Luo Thrift and Trading Corporation.	to begin	In 1947, he founded the Luo Thrift and Trading Corporation.
kutumikia umoja	Alitumikia kama Rais wa Umoja wa Wajaluo kutoka 1953 mpaka 1957.	to serve union	He served as President of Luo Union from 1953 to 1957.
makamu wa Rais	Alichaguliwa mjumbe wa Legco mwaka 1957, akapata kuwa Makamu wa Rais wa Kanu mwaka 1960.	Vice-President	He was elected member of Legco in 1957 and became Vice-President of Kanu in 1960.
nyumba	Bwana Kenyatta alimfanya Waziri wa Mambo ya Nyumbani, mwaka 1963.	home	Mr. Kenyatta appointed him Minister of Home Affairs in 1963.
Makamu Rais	Alipata kuwa Makamu wa Rais, Jamhuri ya Kenya mwaka 1964.	Vice-President	He became Vice-President of the Republic of Kenya in 1964.

Text TE-9

Bibi Titi Mohamed	Tueleze habari juu ya Bibi Titi Mohamed.	Mrs. Titi Mohamed	What can you tell us about Mrs. Titi Mohamed?
jina	Jina lake Bibi Titi Mohamed.	name	Her name is Bibi Titi Mohamed.
kuzaliwa	Alizaliwa Dar-es-Salaam.	to be born	She was born in Dar-es-Salaam in 1925.

kuhuduria	Alihudhuria shule ya Kikoran, Dar-es-Salaam.	to attend	She attended a Koranic school in Dar-es-Salaam.
kuolewa	Aliolewa mwaka 1939 na ana mtoto mmoja.	to be married	She married in 1939 and has one child.
mwanachama (1, 2) mwanawake (1, 2)	Alipata kuwa mwanachama wa TANU mwaka 1954. Alichaguliwa kiongozi wa wanawake.	member woman	In 1954, she became leader of TANU. She was elected as the women's leader.
mnamo	Mnamo mwaka 1960, alichaguliwa mjumba wa Legco.	within	She was elected a member of Legco in 1960.
maendeleo	Bwana Nyerere alimchagua kuwa Waziri mdogo katika Wizara ya Maendeleo.	development	Mr. Nyere appointed her Parliamentary Secretary in the Ministry of Community Development.

Text TE-10

Bwana Obote	Tueleze habari juu ya Bwana Obote.	Mr. Obote	What can you tell us about Mr. Obote?
jina	Jina lake Milton Apollo Obote.	name	His name is Milton Apollo Obote.
kuzaliwa	Alizaliwa katika Wilaya ya Lango, Jimbo la Kaskazini, mwaka 1926.	to be born	He was born in Lango District, Northern Province in 1926.
kusoma	Alisoma katika Lira, Gulu na Jinja.	to go to school	He went to school in Lira, Gulu and Jinja.
cheti (7, 8)	Alisomea Chuo Kikuu cha Makerere ambapo alipata cheti cha ualimu.	certificate	He attended Makerere College where he obtained a diploma in education.
mjumbe	Alichaguliwa mjumbe wa Legco mwaka 1958.	representative	He was elected to Legco in 1958.
Rais	Alipata kuwa Rais wa Uganda Peoples Congress mwaka 1958.	president	He became President of the Uganda Peoples Congress in 1960.
Upinzani	Mnamo mwaka 1960, alichaguliwa kama kiongozi wa upinzani.	opposition	He became leader of the opposition in 1960.
Waziri Mkuu	Alipata kuwa Waziri Mkuu wa Uganda mwaka 1963.	Prime Minister	In 1963 he became Prime Minister of Uganda.
Rais	Alichaguliwa Rais wa Jamhuri ya Uganda mwaka 1966.	President	He was elected President of the Republic of Uganda in 1966.

131

Text TE-11

Bwana Kenyatta	Tueleze habari juu ya Bwana Kenyatta.	Mr. Kenyatta	What can you tell us about Mr. Kenyatta?
jina	Jina lake Jomo Kenyatta.	name	His name is Jomo Kenyatta.
kuzaliwa	Alizaliwa karibu mwaka 1893 katika Wilaya ya Kiambu.	to be born	He was born about 1893 in Kiambu District.
shule	Alihudhuria shule ya misioni, Kikuyu.	school	He attended a mission school in Kikuyu.
kuunda	Alikuwa mojawapo wa watu waliounda chama cha Pan-African Federation mwaka 1945.	to found	He took part in the formation of the Pan-African Federation in 1945.
Rais	Alichaguliwa Rais wa Kenya African Union mwaka 1947.	President	He became President of Kenya Africa Union in 1947.
kuhukumu kifungo	Katika mwaka wa 1953 alihukumiwa kifungoni kwa miaka saba.	to sentence jail	He was convicted and sentenced to 7 years imprisonment in 1953.
kuwekwa kizuizi(7)	Aliwekwa kizuizini tangu mwaka 1959 mpaka mwaka 1962.	to be put detention	He was detained from 1959 to 1962.
kuchagua	Alichaguliwa mjumbe wa Legico mwaka 1962 na Rais wa KANU mwaka huo huo.	to elect	He was elected member of Legico in 1962 and President of Kanu the same year.
Waziri Mkuu	Alichaguliwa Waziri Mkuu wa Kenya mwaka 1963.	Prime Minister	He was elected Prime Minister of Kenya in 1963.
Rais	Mnamo mwaka 1964 alichaguliwa Rais wa Kenya.	President	He was elected President of Kenya in 1964.

Text TE-12

Bwana Nyerere	Tueleze habari juu ya Bwana Nyerere.	Mr. Nyerere	What can you tell us about Mr. Nyerere?
jina	Jina lake Julius Nyerere.	name	His name is Julius Nyerere.
kuzaliwa	Alizaliwa katika wilaya ya Msoma.	to be born	He was born in 1921 in Msoma District.
chuo	Alisomea Tabora na Chuo Kikuu cha Makerere.	school	He went to school in Tabora and Kampala.
mwalimu	Alipata kuwa mwalimu mwaka 1946.	teacher	He became a teacher in 1946.

Uingereza	Alisomea Uingereza tangu mwaka 1949 mpaka 1952 akapata digrii ya M.A.	Britain	He studied in Britain from 1949 to 1952 and obtained an M.A. degree.
mjumbe	Alichaguliwa mjumbe wa Legco mwaka 1958.	representative	He was elected to Legco in 1958.
utawala wa ndani	Alichaguliwa Waziri Mkuu wa Tanganyika mwaka 1961 katika utawala wa ndani.	self-government	He was appointed chief Minister of Tanganyika in 1961, during internal autonomy.
Waziri Mkuu	Alipata kuwa Waziri Mkuu wa Tanganyika mwezi wa Desemba 1961.	Prime Minister	He became Prime Minister of Tanganyika in December 1961.
Rais	Alichaguliwa Rais wa Tanganyika mwaka 1962 na Rais wa Tanzania mwaka 1964.	President	He was elected President of Tanganyika in 1962 and Tanzania in 1964.

Text TE-13

Bwana Mayanja	Tueleze habari juu ya Bwana Mayanja.	Mr. Mayanja	What can you tell us about Mr. Mayanja?
jina	Jina lake Abubakar Kakyama Mayanja.	name	His name is Abubakar Kakyama Mayanja.
kuzaliwa	Alizaliwa mwaka 1929 Ziba, Jimbo la Buganda.	to be born	He was born at Ziba, Buganda Province in 1929.
chuo	Alisoma katika Ngogwe Primary School, King's College Budo na Chuo Kikuu cha Makerere.	school	He attended Ngogwe Primary School, King's College Budo and Makerere College.
chama	Katika mwaka 1952, alianzisha chama cha Uganda National Congress.	association	He formed the Uganda National Congress in 1952.
kuhitimu	Alihitimu kuwa mwanasheria mnamo mwaka wa 1953.	to graduate	In 1953 he qualified as a lawyer.
Waziri	Alipata kuwa Waziri wa Elimu katika Buganda mwaka 1959.	Minister	He was appointed Minister of Education in Buganda in 1959.
kufanikiwa	Katika mwaka wa 1960 aliunda Chama cha United National Party; lakini chama hicho hakikufanikiwa.	to have success	In 1960 he formed the United National Party; but the Party had little success.
Parliament	Alichaguliwa mjumbe wa Parliament mwaka 1963.	Parliament	He was elected member of Parliament in 1963.

EPILOG

The 'cycles' and the 'texts' of this course have given you an active intro-
duction to almost all of the main points of Swahili structure. This fact is of
more than academic value to you. It means that in any new text, either spoken
or written, you will find that most of the grammar is familiar. Your main def-
iciencies at this point are in the realm of vocabulary.

One procedure for expanding your vocabulary, and at the same time increas-
ing your fluency in the use of Swahili grammatical structures, is the following:

1. Choose a topic with which you are partly familiar. Ask a speaker of
   Swahili to talk to you on this topic for 30 seconds. (You should of
   course explain in advance that you are going to stop him.)

2. At the end of 30 seconds, ask him to start again. Ask him to 'say
   the same thing, without leaving anything out or putting in anything
   new.' (He will of course make some small changes.)

3. Ask to hear the same thing a third and a fourth time.

4. Ask the speaker to dictate the text to you, one sentence at a time.

5. Prepare the text for study, in one or more of the ways that were
   used with the texts of Series A-C (blank-filling, questions and
   answers, etc.).

6. Get at least two or three more texts on topics that overlap the first.
   In this way, you will secure further practice with many of the
   vocabulary items that were new to you in the first text.

Most students who have completed only this course in Swahili would benefit
from systematically organized drill materials emphasizing individual points of
Swahili grammar. These, along with short dialogs for memorization, may be
found in the Foreign Service Institute's Swahili Basic Course. A very readable
and reliable survey of Swahili grammar, aimed at the beginning student, is
James L. Brain's Basic Structure of Swahili, obtainable from the East African
Studies Program of Syracuse University. The reader is referred to these, as
well as to the well known standard works by Ashton, Perrott, and Steere.

GLOSSARY

Words are alphabetized by the first letter of the root, regardless of presence or absence of prefixes. In order to make the listing easier to follow, the words have been spaced so that the first letters of the roots form a straight vertical column on the page.

Stems preceded by a single hyphen are verbs; stems preceded by a double hyphen are adjectives.

A

abiria (1) pl. abiria (2)	pass
mw-Afrika (1, 2)	an African
afisa (or: ofisa) (1), pl. maafisa	officer
Agosti (9)	August
mw-aka (3, 4)	year
w-akati (14), pl. ny-akati (10)	time
--ake	his, her
--ako	your
Alhamisi (9)	Thursday
w.ali (14)	cooked rice
mw-alimu (1, 2)	teacher
ch-ama (7, 8)	party, union, organization
ny.ama (9)	meat
amba--	which, who
-ambia	to tell
j-ambo (5) pl. mambo (6)	matter, affair
mw-Amerika (1, 2)	an American
-amini	to trust, believe
-amka	to get up
mw-ana... (1, 2)	a person associated with...
ny-anda (9, 10)	plateau
-andika	to write
mw-andishi (1, 2)	secretary
--angu	my
-anguka	to fall, drop

135

-anza	to begin
--ao	their
Aprili (9)	April
ardhi (9)	land
arobaini	forty
asubuhi (9)	morning
ki-atu (7, 8)	shoe
au	or
ki-azi (7, 8)	potato

B

baada (9)	after
baadaye	afterward, after that
-badilisha	to change
bado	still, (not) yet
baharia	sailor
baiskeli (9, 10)	bicycle
-baki	to stay
bandari (9, 10)	port
u-bao (14), pl. mbao (10)	blackboard, piece of timber
baridi (9)	cold
--baya	bad
ki-beriti (7, 8)	match, book of matches
biashara (9)	business
ki-bluu	blue
m.boga (9, 10)	vegetable
m-buni (3, 4)	coffee plant
bweni (5, 6)	dormitory

C

-chagua	to choose
chai (9)	tea
m-chana (3)	noon, midday
-chana	to slit, tear

-chelewa	to be late
-cheza	to play, dance
-chezacheza	to play at (not seriously)
m-chezo (3, 4)	game
n.chi	country
chini (9)	below, bottom; down
-chipua	to sprout
-choka	to get tired
-chukia	to dislike
-chukua	to last, to take
u-chumi (14)	economics
chumvi (9)	salt
chungwa (5, 6)	orange

D

mu-da (3)	period of time
dakika (9, 10)	a minute
n.dani (9)	inside
darasa (5, 6)	classroom, class
n.dege (9, 10)	airplane
Desemba (9)	December
-dhani	to think
digrii (9, 10)	degrees
n.dizi (9, 10)	banana
--dogo	small
dola (9, 10)	dollar
duka (5, 6)	a shop
dunia (9)	world

E

--ekundu	red, brown
-eleza	to explain
elimu (9)	education
embe (5, 6)	mango

-enda	to go
-endelea	to continue
ma.endeleo (6)	progress
--enye	having, with
mw-enyeji (1, 2)	local inhabitant; master of house
--enu	your (pl.)
ki-enyeji	in the style of the local inhabitants
eropleni (9, 10)	airplane
ch-eti (7, 8)	certificate
--etu	our
--eupe	white
--eusi	black
mw-ezi (3, 4)	month, moon

F

-fanana	to resemble
-fananisha	to compare, liken
-fanikiwa	to have success
-fanya	to do, make
Februari (9)	February
-fika	to arrive
-fikiri	to think
fulani	so-and-so
-funga	to close
ki-fungo (7)	a fastening; jail
-funza	to teach, educate
-ji-funza	to learn ('to teach oneself')

G

gani	what? which?
gari (5, 6)	car, vehicle
gari la abiria	bus
gari la moshi	train

ki-geni (7)	foreign
m-geni (1, 2)	stranger, foreigner, guest
-geuka	to turn, change
gunia (5, 6)	sack

H

habari (9, 10)	news, information
hadi	until
h-- (huyu, hili, etc.)	this
h--o (huyo, hilo, etc.)	that
halafu	then
hali (9)	condition
hamsini	fifty
hapa (16)	here
hebu	let's; to be pleased with
hesabu	mathematics
hewa (9)	air, atmosphere, sky
historia (9)	history
-hitaji	to need
-hitimu	to complete (esp. to complete education)
hivyo	in that manner, like that
-hudhuria	to attend (a school or class)
huko (17)	there
-hukumu	to sentence, judge
-husika	to be related, connected

I

idara (9, 10)	ministry, bureau
Ijumaa (9)	Friday
ingawa	even though
U-ingereza (9)	England
--ingi	much, many
w-ingi (14)	large quantity, majority
--ingine	some, other

-isha	to finish, come to an end
ma.isha (6)	life
-ishi	to live, reside
ishirini	twenty

J

-ja	to come
n.jaa (9)	hunger
jambo (see j-ambo)	
jamhuri (9, 10)	republic
jana (9)	yesterday
jani (5, 6)	leaf
ki-janibichi	green ('leaf colored')
Januari (9)	January
jasho (9)	sweat
je	and how about? (a question marker)
-je	how?
jela	jail
m-ji (3, 4)	city
ma.ji (6)	water
jibu (5, 6)	answer
jimbo (5, 6)	state, province
jina (5, 6)	name
jiografia (9)	geography
jioni (9)	evening
joto (see j-oto)	
-jua	to know
Julai (9)	July
Jumamosi (9)	Saturday
Jumanne (9)	Tuesday
Jumapili (9)	Sunday
Jumatano (9)	Wednesday
Jumatatu (9)	Monday

jumba (see j-umba)

m-jumbe (1, 2)	deputy, delegate
jumla (9)	sum, total
Juni (9)	June
juu (9)	on, on top of; about
juzi	recently; day before yesterday

K

-kaa	to live, stay, sit
kabila (5, 6)	tribe
Kaburu (1) pl. Kaburu or Makaburu	the Boer people
kahawa (9)	coffee
kalamu (9, 10)	pen, pencil
--kali	fierce
kama	like
u-kame (14)	drouth
kaptura (9, 10)	shorts
karata (9, 10)	card
karatasi	paper
kasa	less, minus
kasha (5, 6)	chest, footlocker
m-kate (3, 4)	(loaf, piece of) bread
kati (9)	center, between
kaskazi (9)	northerly wind
kaskazini (9)	north
kasoro	less, minus
katika	in
kawaida (9, 10)	custom
kazi (9, 10)	work
ma-kazi (6)	residences, dwellings
kesho (9)	tomorrow, next
kila	each, every
kitani	linen

-ko	to be located
m-koa (3, 4)	region
kofia (9, 10)	hat
-koka	to build a fire
koti_(5, 6)	coat, jacket
--kubwa	large
kuku	chicken
kumbe	(an expression of surprise)
kumi	ten
kusi (9)	southerly wind
kusini (9)	south
kwa	by, with, at

L

la	no
-la	to eat
cha-ku-la (7, 8)	food
-lala	to go to bed, lie down
m-lango (3, 4)	door
U-laya (9)	Europe
lazima	necessity, obligation
--le	that
leo (9)	today
-lima	to farm, cultivate
ki-limo (7)	agriculture
-linda	to guard
lini	when?
u-linzi (14)	defense
lugha (9, 10)	language
m-Luhya (1, 2)	a Luhya

M

Machi (9)	March
magharibi (9)	West
mahali (16)	place

maili (9, 10)	miles
makamu	substitute, deputy
-maliza	to finish
mapema	early
mara (9, 10)	occasion, time
mashariki (9)	East
u-mbali (14)	distance
mbuzi	goat
m-mea (3, 4)	a plant
Mei (9)	May
meli (9, 10)	steamship
meza (9, 10)	table
m-fuko (3, 4)	pocket
mia (9, 10)	hundred
mimi	I
U-misri (9)	Egypt
-mo	to be located inside
moja	one
pa-moja	together
u-moja	unity, union
moshi (see m-oshi)	
motokaa (9)	automobile
motokaa ya abiria	bus
Msumbiji (9)	Mozambique
-mwaga	to spill, pour
-mwagika	to get spilt, poured

N

na	and
-na	to have ('be with')
nafuu (9)	gain, progress, advantage
namba (9, 10)	number
namna (9, 10)	sort, kind

namna gani	how?
nanasi (5, 6)	pineapple
◆◆nane	eight
nani	who?
nauli (9)	price, amount of money
neno (5, 6)	word
ndiyo	yes
--ngapi	how many?
-ngoja	to wait
ng'ombe	ox, head of cattle
nguruwe	pig
ni	is, are
nini	what?
ninyi	you (pl.)
njano	yellow
--nne	four
Novemba (9)	November
nusu (9, 10)	a half
m-Nyamwezi (1, 2)	a Nyamwezi person
-nyesha	to rain
u-nyevunyevu (14)	humidity
-nywa	to drink

O

-oa	to marry (of a man)
ofisi (9, 10)	office
Oktoba (9)	October
-olewa	to marry (of a woman)
-ondoka	to leave, go away
-onekana	to be visible, be seen
-ongoza	to lead
ki-ongozi pl. vi-ongozi, takes concords of (1,2)	leader

-onyesha	to show
m-oshi (3)	smoke
-otesha	to cause to grow
j-oto (5)	heat
m-oto (3, 4)	fire

P

-pa	to give
mpaka	until, to
pamba (9)	cotton
pamoja (see pa-moja)	
-panda	to go up,board
ki-pande (7, 8)	piece
u-pande (14) pl. pande (10)	direction, side
papai (5, 6)	papaya
-peleka	to bear, carry
-penda	to like
-pendeza	to please, be pleasing
u-pepo (14)	wind
pesa (9, 10)	money
u-pinzani (14)	opposition
m-pira (3, 4)	ball
-pita	to pass
-pitia	to pass by
-po	to be located
pombe (9)	beer
-potea	to get lost
-pumzika	to relax
ma-pumziko (6)	rest, relaxation
-pungua	to (cause to) decrease
-punguza	to cause to decrease
pwani (9)	coast
pyrethrum (9)	pyrethrum

R

rais	president
ramani (9, 10)	map
rangi	color
robo (9, 10)	a quarter
-rudi	to return, go back
-rudisha	to cause to return, to put back
-ruka	to fly

S

saa (9, 10)	watch, clock; hour
saba	seven
sabini	seventy
safari (9, 10)	trip
-safiri	to travel
-saidia	to help
sakafu (9)	floor
ki-samawati	light blue
sana	very
sanduku (5, 6) or (9, 10)	box, suitcase
sasa	now
sayansi (9)	science
sehemu (9, 10)	place, part
senema (9)	cinema
Septemba (9)	September
shati (5, 6)	shirt
-shangaa	to be surprised
shauri	plan, advice
sheria (9)	law
-shugulika	to be concerned with
shule (9, 10)	school
shule ya juu	secondary school
shule ya sekondari	secondary school

-shuka	to descend, disembark
si	is, are not
siagi (9)	butter
siasa (9)	politics
m-sichana (1, 2)	girl
sigara (9, 10)	cigarette
-sikiliza	to listen to
-sikitika	to be sorry
siku (9, 10)	day
usiku (14)	night
simu (9, 10)	telephone
sisi	we
sita	six
sitini	sixty
sok(i)si (9, 10)	socks
-soma	to study
-somesha	to teach, cause to study
somo (5, 6)	lesson
sufi (9)	wool
sukari (9)	sugar
m-sumari (3, 4)	nail
-sumbuka	to be uncomfortable
supu (9)	soup
suruali (9, 10)	long trousers
ki-Swahili (7)	Swahili language
swali (5, 6)	question

T

taabu (9)	trouble
ki-tabu (7, 8)	book
tafadhali	please, I beseech you
taifa (5, 6)	nationality, nation
ki-tambo (7)	a little (usually of time)

--tano	five
tarehe (9, 10)	date
--tatu	three
u-tawala	government
tayari	ready
-tayarisha	to prepare
-ji-tayarisha	to prepare oneself
-tazama	to look at
-tembelea	to visit
tena	again
tenis (9)	tennis
tepu (9, 10)	tapes
-teua	to choose
thelathini	thirty
theluji (9)	snow
themanini	eighty
ki-ti (7, 8)	chair
m-ti (3, 4)	tree
tisa	nine
tisini	ninety
-toa	to give, produce
tofauti	difference
-tofautiana	to differ from one another
-toka	to come (from)
-tokana	to originate in, result from
m-toto (1, 2)	child
tropiki (9,10)	tropics
ki-tu (7, 8)	thing
m-tu (1, 2)	person
-tumikia	to serve
tunda (5, 6)	(piece of) fruit

U

-uguza	to care for a sick person
mw-uguzi (1, 2)	a nurse
-uliza	to ask
ch-umba (7, 8)	room
j-umba (5, 6)	large building
ny-umba (9, 10)	house, home
-unda	to construct, put together
Unguja (9)	Zanzibar
u(nusu)	and (a half)
unyevunyevu	humidity
ch-uo (7, 8)	school

V

-vaa	to get dressed
vazi (5, 6)	dress
m.vua (9, 10)	rain
-vuma	to blow
ma-vumbi (5, 6)	dust
-vunja	to break
-vunjika	to get broken

W

-wa	to be, become
wala	(a negative conjunction)
ki-wanda (7, 8)	factory, industry
wakati (see w-akati)	
u-wanja (14)	open space near a house
wao	they
wapi	where?
waziri	minister
-weka	to put
wewe	you (sg.)

-weza	to be able
-wezesha	to enable
wilaya (9, 10)	district
--wili	two
wingu (5, 6)	cloud

Y

yaani	that is to say
yai (5, 6)	egg
yeye	he, she

Z

-zaa	to give birth
zaidi (9)	more
-zaliwa	to be born
zamani	long ago
-zidi	to increase
mu-siki (3)	music
--zima	whole
ma.ziwa (6)	milk
ki-zuizi (7)	detention
m-zungu (1, 2)	a European
--zuri	good, nice

HIPPOCRENE BEGINNER'S SERIES

Do you know what it takes to make a phone call in Russia? Or how to get through customs in Japan? How about inviting a Czech friend to dinner while visiting Prague? This new language instruction series shows how to handle oneself in typical situations by introducing the business person or traveler not only to the vocabulary, grammar, and phrases of a new language, but also the history, customs and daily practices of a foreign country.

The Beginner's Series consists of basic language instruction, which includes vocabulary, grammar, and common phrases and review questions; along with cultural insights, interesting historical background, the country's basic facts, and hints about everyday living—driving, shopping, eating out, making phone calls, extending and accepting an invitation and much more.

Beginner's Bulgarian

Vacation travelers and students will find this volume a useful tool to understanding Bulgaria's language and culture. Dialogues include vocabulary and grammar rules likely to confront readers, and background on Bulgarian history is provided.
0-7818-0300-4 • $9.95

Beginner's Czech

The city of Prague has become a major tour destination for Americans. Here is a guide to the complex language in an easy to learn format with a guide to phonetics. Also, important Czech history is outlined with cultural notes. This is another guide designed by Eurolingua.
0-7818-0231-8 • $9.95

Beginner's Esperanto

As a teacher of foreign languages for over 25 years, **Joseph Conroy** knows the need for people of different languages to communicate on a common ground. Though Esperanto has no parent country or land, it is developing an international society all its own. *Beginner's Esperanto* is an introduction to the basic grammar and vocabulary students will need to express their thoughts in the language.

At the end of each lesson, a set of readings gives the student further practice in Esperanto, a culture section presents information about the language and its speakers, a vocabulary lesson groups together all the words which occur in the text, and English translations for conversations allow students to check comprehension. As well, the author lists Esperanto contacts with various organizations throughout the world.
0-7818-0230-X • $14.95 (400 pages)

Beginner's Hungarian

For the businessperson traveling to Budapest, the traveler searching for the perfect spa, or the Hungarian-American searching to extend his or her roots, this guide by **Eurolingua** will aide anyone searching for the words to express basic needs.
0-7818-0209-1 • $7.95 paper

Beginner's Japanese

Author **Joanne Claypoole** runs a consulting business for Japanese people working in America. She has developed her Beginner's Guide for American businesspeople who work for or with Japanese companies in the U.S. or abroad.

Her book is designed to equip the learner with a solid foundation in Japanese conversation. Also included in the text are introductions to Hiragana, Katakana, and Kanji, the three Japanese writing systems.
0-7818-0234-2 • $11.95

Beginner's Polish
Published in conjunction with Eurolingua, *Beginner's Polish* is an ideal introduction to the Polish language and culture. Vocabulary and grammar instruction is combined with information on the history and politics of Poland.
0-7818-0299-7 • $9.95

Beginner's Romanian
This is a guide designed by **Eurolingua**, the company established in 1990 to meet the growing demand for Eastern European language and cultural instruction. The institute is developing books for business and leisure travelers to all Eastern European countries. This Romanian text is ideal for those seeking to communicate in this newly independent country.
0-7818-0208-3 • $7.95 paper

Beginner's Russian
Eurolingua authors **Nonna Karr** and **Ludmila Rodionova** introduce English speakers to the Cyrillic alphabet, and include enough language and grammar to get a traveler or businessperson anywhere in the new Russian Republic. This book is a perfect stepping-stone to more complex language learning.
0-7818-0232-6 • $9.95